ബ്രസീലിലെ
നാടോടിക്കഥകൾ

Brazilile Nadodikathakal
Childrens' Literature

Retold
Premanand Champad

CHINTHA PUBLISHERS
Thiruvananthapuram

First Edition
July 2022

Second Impression
May 2023

Published
Chintha Publishers, Thiruvananthapuram

Printed at

Repro India Ltd, Mumbai

Cover Design
Vinod Mangoes

ISBN : 978-93-94753-06-8

CO - 3125 / 6518

₹ 210

Email: chinthapublishers@gmail.com
Website: www.chinthapublishers.com

A version is available at National Libraries
Kolkata, Mumbai, Chennai and Delhi

Distribution
DESHABHIMANI BOOKHOUSE
H O Thiruvananthapuram 695035

Branch
Head Office Kunnukuzhi • Statue Thiruvananthapuram
KSRTC Bus Terminal Thampanoor • Saphalyam Complex Thiruvananthapuram
KSRTC Bus Station Alappuzha • KSRTC Bus Station Ernakulam
Machingal Lane Thrissur • IG Road Kozhikode
Mavoor Road Kozhikode • NGO Union Building Kannur
Central Bus Terminal Complex Thavakkara Kannur

ബ്രസീലിലെ നാടോടിക്കഥകൾ

പുനരാഖ്യാനം
പ്രേമാനന്ദ് ചമ്പാട്

ചിന്ത പബ്ലിഷേഴ്സ്
തിരുവനന്തപുരം-695 035
വില : ₹ 210

പ്രേമാനന്ദ് ചമ്പാട്

ജനനം 1955 ഒക്ടോബർ 12 ന് ചമ്പാട്. അച്ഛൻ: മുണ്ടങ്ങാടൻ ഗോപാലൻ മേസ്തിരി, അമ്മ: നാണി. ബിരുദാനന്തര ബിരുദം നേടി. പ്രൈമറി സ്കൂൾ അദ്ധ്യാപകനായി ജോലി ചെയ്യുന്നു. വിശ്വദീപ്തി ചെറുകഥാ അവാർഡ്, ആശ്രയ ബാലസാഹിത്യ പുരസ്കാരം, ഗുരുസാഹിതി നോവൽ അവാർഡ്, അംബേദ്കർ അവാർഡ്, പി നരേന്ദ്രനാഥ് നാടക അവാർഡ്, സംസ്ഥാന ബാലസാഹിത്യ ഇൻസ്റ്റിറ്റ്യൂട്ട് അവാർഡ്, തുളുനാട് അവാർഡ് തുടങ്ങി നിരവധി സമ്മാനങ്ങൾ ലഭിച്ചിട്ടുണ്ട്.

കൃതികൾ: *അനന്തതയിലേക്ക്, പാതിവഴിയിൽ* (നോവലുകൾ), *ഒരേമുഖം* (കഥ), *ചിരുതത്തെയ്യം (കവിത), പാട്ടുകാരൻ, ഈണം, ഇനി വൈകിയാൽ, പരമാണുവിനെ പിളർന്ന മഹാശാസ്ത്രജ്ഞൻ, ഒരുമിക്കാൻ ഒരുപാടു ദൂരം, ഒന്നാനാം കുന്നിൽ, കൊച്ചുമത്സ്യകന്യക, സൗമ്യദീപം, ഹെയ്ദി, പറക്കുന്ന നിറങ്ങൾ, പച്ചപ്പിലേക്കു നോക്കുമ്പോൾ, പക്ഷികളെ അറിയാം, ശാസ്ത്രത്തിലെ അത്ഭുതങ്ങൾ, പാവങ്ങൾ, മാനിഷാദ, കറുത്ത സുന്ദരൻ* (ബാലസാഹിത്യം) തുടങ്ങി എൺപതിലധികം കൃതികൾ പ്രസിദ്ധീകരിച്ചു.

ഭാര്യ : ഗീത
മക്കൾ : പ്രേംജിത്ത്, പ്രജിന
മരുമകൻ : ഷിജിത്ത്
പേരമകൾ: അനിക
വിലാസം : പി ഒ ചമ്പാട്
കണ്ണൂർ - 670694
ഫോൺ : 9961800322

ഉള്ളടക്കം

പ്രസാധകക്കുറിപ്പ്

പലതുകൊണ്ടും സവിശേഷതയർഹിക്കുന്ന ഒരു ലാറ്റിനമേരിക്കൻ രാജ്യമാണ് ബ്രസീൽ. തദ്ദേശീയ വാസികളായ മനുഷ്യരും നിബിഡ വനങ്ങളും പുരാതന നാഗരികതയും ചേർന്ന് സൃഷ്ടിക്കപ്പെട്ട സാമൂഹ്യസാഹചര്യങ്ങളാണ് ആധുനിക ബ്രസീലിന്റെ അടിത്തറ. അതീവ സമ്പന്നമായ നാടോടി പാരമ്പര്യം ആ രാജ്യത്തിനുണ്ട്. ആമസോൺ മഴക്കാടുകളിൽ ഗോത്രജീവിതത്തിന്റെ പാരസ്പര്യത്തിൽനിന്നും രൂപംകൊണ്ട വായ്മൊഴി വഴക്കങ്ങൾ ഭാവനാ സമ്പന്നരായ മനുഷ്യരുടെ ആഖ്യാനങ്ങളിലൂടെ തലമുറകൾ കൈമാറി എത്തിച്ചേർന്നതാണ് ബ്രസീലിലെ നാടോടിക്കഥകൾ. കുട്ടികൾക്ക് ആഹ്ലാദം നല്കുന്ന വായനാനുഭവമായിരിക്കും ഈ നാടോടിക്കഥകൾ.

ചിന്ത പബ്ലിഷേഴ്സ്

1

കുഞ്ഞുസഹോദരി

ഒരു കുഞ്ഞുപെൺകുട്ടി ഉണ്ടായിരുന്നു. അവൾ സുന്ദരിക്കുട്ടിയായിരുന്നു. മാനിന്റേതുപോലെയായിരുന്നു അവളുടെ കണ്ണുകൾ. രാത്രിയുടെ അഗാധമായ ഇരുളലകൾപോലെ മുടി. ചിരി കണ്ടാൽ സൂര്യൻ ഉദിച്ചു വരുകയാണോ എന്നു തോന്നും. ഓരോ വർഷവും അവൾ വളർന്നു വരുന്തോറും അവളുടെ സൗന്ദര്യവും കൂടിക്കൂടി വന്നു. ആൻജെലീറ്റ എന്നാണ് അവളുടെ പേര്.

ആൻജെലീറ്റയുടെ അമ്മ മരിച്ചുപോയി. അവളുടെ അച്ഛൻ രണ്ടാമതും വിവാഹം കഴിച്ചു. രൂപങ്ങൾ ഉണ്ടാക്കലായിരുന്നു അയാൾക്കു ജോലി. ആൻജെലീറ്റയുടെ രണ്ടാനമ്മയുടെ സൗന്ദര്യം പട്ടണത്തിൽ പ്രസിദ്ധമായിരുന്നു.

ആൻജെലീറ്റയുടെ വർദ്ധിച്ചു വരുന്ന സൗന്ദര്യത്തിൽ രണ്ടാനമ്മയ്ക്ക് അസൂയ ജനിച്ചു. എല്ലാദിവസവും രാത്രി അവർ ഭർത്താവിനോടു ചോദിക്കുമായിരുന്നു എനിക്കാണോ മകൾക്കാണോ സൗന്ദര്യം കൂടുതലെന്ന്.

അയാൾക്ക് ആ ചോദ്യത്തിന്റെ കാരണം മനസ്സിലായി. വിവേക പൂർവ്വമാണ് അയാൾ മറുപടി കൊടുത്തത്.

“നീയാണ് എന്റെ ഭാര്യ. നീ അതുല്യയാണ്.”

പെട്ടെന്നാണ് ഒരു ദിവസം ആൻജെലീറ്റയുടെ അച്ഛൻ മരിച്ചത്. ആൻജെലീറ്റയും രണ്ടാനമ്മയും ഒറ്റയ്ക്കായി. അയാളുടെ മരണത്തിൽ ഭാര്യയും മകളും അത്യധികം ദുഃഖിച്ചു.

ഒരുദിവസം ആൻജെലീറ്റയും രണ്ടാനമ്മയും വീടിന്റെ മുകളിലത്തെ നിലയിൽ ഇരിക്കയായിരുന്നു. വഴിയാത്രക്കാരായ രണ്ടുപേർ അവരെ കണ്ടു. ഒരാൾ മറ്റൊരാളോടു ചോദിച്ചു.

"അവിടെയിരിക്കുന്ന രണ്ടു സുന്ദരികളെ കണ്ടോ? അമ്മ വളരെ സുന്ദരിയാണ്. മകൾ അതിലും സുന്ദരി."

രണ്ടാനമ്മയ്ക്ക് ആൻജെലീറ്റയുടെ സൗന്ദര്യത്തിലുണ്ടായ അസൂയ ആളിക്കത്തിക്കാനേ ആ സംഭാഷണം ഉപകരിച്ചുള്ളൂ.

അടുത്ത ദിവസം അവർ രണ്ടുപേരും വീട്ടിന്റെ മുകളിലത്തെ നിലയിൽ ഇരിക്കുന്ന സമയം രണ്ടു പട്ടാളക്കാർ വഴിയിലൂടെ പോവുകയായിരുന്നു. ഒരാൾ മറ്റേയാളോടു പറഞ്ഞു.

"ആ വീട്ടിന്റെ രണ്ടാം നിലയിലിരിക്കുന്ന രണ്ടു സ്ത്രീകളെ നോക്കിയാട്ടെ. അമ്മ സുന്ദരിയാണെങ്കിലും മകളാണ് കൂടുതൽ സുന്ദരി."

രണ്ടാനമ്മയ്ക്ക് അവർ ഭയപ്പെട്ടതുപോലെ തന്നെ സംഭവിക്കുന്നതായി തോന്നി. അവൾക്കു തന്നെയാണ് കൂടുതൽ സൗന്ദര്യം. അസൂയ അതിരില്ലാതെ വളർന്നു. അവർ അവളെ പിടിച്ചു വലിച്ച് മച്ചിനകത്തെ ഒരു മുറിയിൽ കൊണ്ടുപോയി അടച്ചു.

ആ ചെറിയ മുറിക്ക് ഉയരത്തിൽ ചെറിയ ഒരു ജനാലയുണ്ട്. ആ ജനാലയും അടച്ചു. ആൻജെലീറ്റ ജനലുവരെ കേറി അതിന്റെ വാതിൽ തുറന്നു. ആ ചെറിയ മുറിയിലിരുന്ന് അവൾക്ക് അസ്വസ്ഥത വർദ്ധിച്ചു. അവൾ ചുമരിൽ ഒരു ദ്വാരമുണ്ടാക്കി പുറത്തു നോക്കി.

അന്നും ആൻജെലീറ്റയുടെ രണ്ടാനമ്മ മുകളിലത്തെ നിലയിൽ ഇരിക്കുകയായിരുന്നു. രണ്ടു കുതിരസവാരിക്കാർ ആ വഴി പോകുമ്പോൾ പറഞ്ഞു.

"ആ വീട്ടിന്റെ രണ്ടാം നിലയിൽ ഇരിക്കുന്ന സ്ത്രീയെ നോക്ക് അതിസുന്ദരിയാണവർ. എന്നാൽ മുറിയിൽ പൂട്ടിയിട്ട പെൺകുട്ടിയാണ് കൂടുതൽ സുന്ദരി."

രണ്ടാനമ്മയ്ക്ക് സഹിക്കാനായില്ല. വേലക്കാരനെ വിളിച്ച് ആൻജെലീറ്റയെ കാട്ടിൽ കൊണ്ടുപോയി കൊല്ലാനേല്പിച്ചു.

"തീർച്ചയായും അവളുടെ നാക്കു പിഴുതു കൊണ്ടുവരണം. എങ്കിലേ ഞാൻ പറഞ്ഞത് നീ അനുസരിച്ചു എന്ന് എനിക്കു വിശ്വാസമാവൂ."

കുടുസ്സായ മുറിയിൽനിന്നും പുറത്തേക്കു കൊണ്ടുപോകുമ്പോൾ ആൻജെലീറ്റയ്ക്കു സന്തോഷം തോന്നി. വേലക്കാരന്റെ കൂടെ യാത്രചെയ്യുന്നത് മനസ്സിന് ഉണ്ടായിരുന്ന ഭാരം കുറച്ചു.

അവർ നഗരത്തിലൂടെ നടന്നുപോയി. നഗരം പിന്നിട്ട് ഗ്രാമവഴികളിലെത്തി. നടന്ന് നടന്ന് അവർ ഒരു കാട്ടിലെത്തി.

"നമ്മൾ എവിടേക്കാ പോകുന്നത്?"

ആൻജെലീറ്റ ചോദിച്ചു.

"ആരോഗ്യത്തിനുവേണ്ടിയുള്ള ഒരു നടത്തം."

കാട്ടിനുള്ളിൽ വഴിയൊന്നുമില്ല. മരങ്ങൾ ഇടതൂർന്നു വളർന്നസ്ഥലം. സൂര്യരശ്മികൾ കടന്നുവരുന്നേയില്ല.

ആൻജെലീറ്റയ്ക്കു പരിഭ്രമമായി.

"എങ്ങോട്ടാണ് പോകുന്നതെന്ന് പറഞ്ഞില്ലെങ്കിൽ ഞാനിനി ഒരടി മുന്നോട്ടു വയ്ക്കില്ല."

അവൾ നിലത്ത് കാലുകൾ ഉറപ്പിച്ചുവച്ചു.

വേലക്കാരൻ കരഞ്ഞുകൊണ്ട് അവളുടെ രണ്ടാനമ്മ ഏല്പിച്ചതൊക്ക പറഞ്ഞു.

"എനിക്കതൊന്നും ചെയ്യാൻ വയ്യ കുട്ടീ...."

ആൻജെലീറ്റ അവിടെനിന്ന് ആലോചിച്ചു.

"നിങ്ങൾ തിരിച്ചു പൊയ്ക്കൊള്ളൂ. വഴിയിൽ ധാരാളം നായ്ക്കളെ കാണും. ഒരു നായുടെ നാവുമുറിച്ച് അമ്മയുടെ അടുത്ത് ചെല്ലൂ."

ആൻജെലീറ്റ പറഞ്ഞതുപോലെ വേലക്കാരൻ ചെയ്തു. രണ്ടാനമ്മ വിചാരിച്ചത് ആൻജെലീറ്റയെ കൊന്നു എന്നാണ്.

കാട്ടിലൂടെ ആൻജെലീറ്റ അലഞ്ഞുതിരിഞ്ഞു നടന്നു. വലിയ പാമ്പുകൾ അവളുടെ മുന്നിലൂടെ ഇഴഞ്ഞു പോയി. കുരങ്ങന്മാരുടെയും തത്തയുടെയും മറ്റു ശബ്ദങ്ങൾ അവൾ ഒറ്റയ്ക്കല്ല എന്ന തോന്നലുണ്ടാക്കി.

അലഞ്ഞുനടന്ന അവൾ ഒടുവിൽ ഒരു കൊട്ടാരത്തിനു മുന്നിലാണ് എത്തിപ്പെട്ടത്. മുമ്പിലത്തെ വലിയ വാതിൽ തുറന്നിരുന്നു. അവൾ ഒരു മുറിയിൽനിന്നും മറ്റൊരു മുറിയിലേക്കു നടന്നു. കൊട്ടാരം ജനശൂന്യമായിരുന്നു.

കൊട്ടാരത്തിലെ മുറികളൊക്കെയും വൃത്തികേടായിട്ടാണുള്ളത്. അതൊക്കെ അവൾക്ക് വൃത്തിയാക്കണമെന്നുണ്ട്. അവിടെയൊക്കെ തെരഞ്ഞപ്പോൾ ഒരു ചൂലു കിട്ടി. മുറികളെല്ലാം അടിച്ചുവാരി. സാധനങ്ങളെല്ലാം യഥാസ്ഥാനത്തു വച്ചു.

അപ്പോഴേക്കും ഒരു വലിയ ശബ്ദം കേട്ടു. അവൾ വാതില്ക്കൽ ചെന്നു പുറത്തേക്കുനോക്കി. മൂന്നു ഭീമാകാരന്മാർ വരികയാണ്. അകത്തേക്കുള്ള വരവുതന്നെ. അത്രയും വലിയ ആളുകൾ ഉണ്ടാവുമോ എന്നവൾ അത്ഭുതപ്പെട്ടു. ആൻജെലീറ്റയ്ക്കു പേടിയായി. ഒരു കസേരയുടെ അടിയിൽ ഒളിച്ചു.

മൂന്നു ഭീമാകാരന്മാർക്കും കൊട്ടാരം വൃത്തിയായതുകണ്ട് അതിശയം തോന്നി.

"നമ്മൾ പോകുമ്പോഴുള്ള സ്ഥലമല്ലല്ലോ ഇത്....."

കൂട്ടത്തിൽ ഏറ്റവും വലിയ ആൾ പറഞ്ഞു.

"ഇവിടം വൃത്തികേടാക്കുന്നത് നമ്മൾ തന്നെയാ. ഇപ്പോൾ ആകെക്കൂടി ഒരു ഭംഗിയുണ്ട്."

രണ്ടാമത്തെയാൾ പറഞ്ഞു.

"ഇത് കാട്ടിലുള്ള ഏതെങ്കിലും മന്ത്രവാദിനിയുടെയോ മറ്റോ പ്രവൃത്തിയാവുമോ?"

ഇളയവനായ മൂന്നാമത്തെ സഹോദരൻ ശങ്കിച്ചു.

സംഭവത്തെക്കുറിച്ച് മൂന്നുപേരും ചർച്ച ചെയ്തു. എത്ര ആലോചിച്ചിട്ടും വീട് വൃത്തിയായതിന്റെ കാരണം കണ്ടുപിടിക്കാൻ അവർക്കു കഴിഞ്ഞില്ല. ആൻജെലീറ്റ ഭയപ്പെട്ടതുപോലെ പേടിപ്പിക്കുന്ന ശബ്ദമായിരുന്നില്ല അവരുടേത്. കനിവുള്ളതുപോലെയുണ്ട്.

അവരുടെ മുന്നിൽ വെളിപ്പെടാമെന്നു തന്നെയായി ആൻജെലീറ്റ. അവൾ കസേരയ്ക്കടിയിൽനിന്നും പുറത്തുവന്നു.

"ഇവൾ സുന്ദരിയാണല്ലോ...."

മൂത്തയാൾ അത്ഭുതം കൂറി. ഇങ്ങനെയൊരു സുന്ദരരൂപം മറ്റെവിടെയും കണ്ടിട്ടില്ല.

"ഞാനും ആദ്യമായാണ് കാണുന്നത്."

രണ്ടാമത്തെയാൾ പറഞ്ഞു.

"ഈ സുന്ദരി എങ്ങനെ കാട്ടിനുള്ളിലെ കൊട്ടാരത്തിൽ എത്തിച്ചേർന്നു?"

മൂന്നാമത്തെ ഭീമാകാരന് സംശയം തന്നെ.

ആൻജെലീറ്റ അവളുടെ കഥ പറഞ്ഞു. അവളുടെ സൗന്ദര്യവും ജീവിതവും അവളോട് സഹതാപം തോന്നാൻ കാരണമായി.

"ഇവിടെ കൊട്ടാരത്തിൽ ഞങ്ങളോടൊപ്പം കഴിയാമിനി. ഈ കാട്ടിൽ ജീവിക്കാം. എങ്ങോട്ടും പോകേണ്ട. നീ ഞങ്ങളുടെ കുഞ്ഞുസഹോദരിയാണ്."

മൂന്നു ഭീമാകാരന്മാരുടെയും ശബ്ദം ഇടിമുഴക്കംപോലെ ഉണ്ടായിരുന്നു.

അവരുടെ നിർദ്ദേശം ആൻജെലീറ്റ അംഗീകരിച്ചു. എല്ലാ ദിവസവും ഭീമാകാരന്മാർ നായാട്ടിനു പോകും. ആൻജെലീറ്റ ഉടനെ തന്നെ കൊട്ടാരം വൃത്തിയാക്കും. ഭീമാകാരന്മാർ അവളെ കുഞ്ഞു സഹോദരി എന്നുവിളിച്ചു. അവരുടെ വലിയ ഹൃദയം നിറയെ അവളോടുള്ള സ്നേഹമായിരുന്നു.

ഒരു ചെറുപക്ഷി കാട്ടിൽനിന്നും പട്ടണത്തിലെത്തി. പക്ഷി ആൻജെലീറ്റയുടെ രണ്ടാനമ്മയുടെ അടുത്തേക്കു ചെന്നു. ആൻജെലീറ്റ കാട്ടിനുള്ളിൽ ജീവിച്ചിരിക്കുന്നുണ്ടെന്ന് പക്ഷി രണ്ടാനമ്മയോടു പറഞ്ഞു. രണ്ടാനമ്മ കോപംകൊണ്ടു വിറച്ചു. ആൻജെലീറ്റ ജീവിച്ചിരിക്കുന്ന കാലത്തോളം തനിക്ക് സന്തോഷിക്കാൻ കഴിയില്ലെന്ന് രണ്ടാനമ്മ വിശ്വസിച്ചു. ആൻജെലീറ്റയെ എങ്ങനെയെങ്കിലും നശിപ്പിക്കണം. അവർ ഒരു ദുർമന്ത്രവാദിനിയെ കണ്ടുപിടിച്ചു. മന്ത്രവാദിനിയോടു രണ്ടാനമ്മ ആവശ്യം പറഞ്ഞു.

ദുർമന്ത്രവാദിനി ആലോചിച്ചശേഷം ഒരുതരം ചെരുപ്പുകൾ കൊടുത്തു.

"ഈ ചെരുപ്പുകൾ വിഷമുള്ളവയാണ്. ഇത് ചവിട്ടുന്നവർ ഉടൻ മരണപ്പെട്ടുപോകും."

രണ്ടാനമ്മയ്ക്കു സന്തോഷമായി. ആൻജെലീറ്റയുടെ താമസസ്ഥലം കണ്ടുപിടിക്കയാണിനി വേണ്ടത്. വഴികാണിക്കുന്ന കാര്യവും ദുർമന്ത്രവാദിനി ഏറ്റെടുത്തു. അതുകൊണ്ട് രണ്ടാനമ്മയ്ക്ക് ആൻജെലീറ്റയുടെ താമസസ്ഥലം എളുപ്പം കണ്ടുപിടിക്കാൻ കഴിഞ്ഞു.

ആൻജെലീറ്റ വളരെ സന്തോഷത്തോടെയാണ് ഭീമാകാരന്മാരുടെ കൂടെ കഴിഞ്ഞുവരുന്നത്. അവൾക്കിപ്പോൾ പേടിയേ ഇല്ല. ഒരുദിവസം ഭീമാകാരന്മാർ കൊട്ടാരത്തിൽനിന്നും പുറത്തുപോയ സമയമാണ് കൈമുട്ടുന്ന ഒച്ചകേട്ടത്. ആൻജെലീറ്റ പുറത്തുവന്നുനോക്കി. അവൾക്ക് വിശ്വസിക്കാൻ കഴിഞ്ഞില്ല. രണ്ടാനമ്മ മുന്നിൽ നില്ക്കുന്നു. അവൾ അവരെ അകത്തേക്കു ക്ഷണിച്ചു. രണ്ടാനമ്മ അവളെ കെട്ടിപ്പിടിച്ചു ചുംബിച്ചു.

"മോളേ...... എത്രയായി ഞാൻ നിന്നെ കണ്ടിട്ട്....... ഞാൻ നിനക്ക് ചെറിയൊരു സമ്മാനം കൊണ്ടുവന്നിട്ടുണ്ട്. കാട്ടിലൂടെ നടക്കുമ്പോൾ നിനക്കത് ഉപകാരപ്പെടും."

രണ്ടാനമ്മയുടെ സമ്മാനം നന്ദിപൂർവ്വം അവൾ സ്വീകരിച്ചു. അവർ പോയശേഷം ആൻജെലീറ്റ പൊതി അഴിച്ചുനോക്കി. ഒരു ജോടി ചെരിപ്പുകൾ. അവളതിൽ സൂക്ഷിച്ചുനോക്കി. മുമ്പ് അച്ഛൻ വാങ്ങിത്തന്നതുപോലുള്ള ചെരിപ്പുകൾ. രണ്ടാനമ്മയ്ക്ക് തന്നോട് ദയയുണ്ടെന്ന് ആൻജെലീറ്റയ്ക്കു തോന്നി.

അവൾ ചെരിപ്പിട്ടു നിന്നു. ഉടൻ ബോധമറ്റ് നിലത്തുവീണു. രണ്ടാനമ്മ ഇതൊക്കെ പുറത്തുനിന്ന് കാണുന്നുണ്ടായിരുന്നു. ലക്ഷ്യം സാധിച്ച സന്തോഷത്തിൽ അവർ സ്വയം പറഞ്ഞു.

"ഇനി ഞാൻ മാത്രമാണ് അതുല്യ സുന്ദരി."

മൂന്നു ഭീമാകാരന്മാരും വീട്ടിലെത്തിയപ്പോൾത്തന്നെ എന്തോ പന്തികേടുള്ളതായി തോന്നി. ചെളി ചവിട്ടിവന്ന അടയാളങ്ങൾ തറയിലുണ്ട്.

"ആരാ ഈ വൃത്തികേടുമായി അകത്തുകയറിയത്?"

വലിയ ഭീമാകാരൻ ഉറക്കെ ചോദിച്ചു:

"നമ്മുടെ കൊച്ചുസോദരിക്ക് എന്തോ പറ്റിയിട്ടുണ്ട്. ഇല്ലെങ്കിൽ ഈ വൃത്തികേട് ഇങ്ങനെതന്നെ ശേഷിക്കില്ല."

രണ്ടാമത്തെ ഭീമാകാരൻ പരിഭ്രമിച്ചു. ഇളയ ഭീമാകാരനും പരിതപിച്ചു.

"കൊച്ചുസഹോദരിക്ക് എന്തോ അപകടം പറ്റിയിട്ടുണ്ട്. അല്ലാതിങ്ങനെ വരില്ല."

അവർ മൂന്നുപേരും കൈകൊട്ടി. കുഞ്ഞുസോദരി ചിരിച്ചു കൊണ്ടു പ്രത്യക്ഷപ്പെട്ടില്ല. അവർ അകത്തേക്കു പ്രവേശിച്ചു. അവർ ഞെട്ടിപ്പോയി. കുഞ്ഞുസോദരി വീണുകിടക്കുന്നു.

"ഏതുപിശാചാണ് കുഞ്ഞുസോദരിയെ പിടികൂടിയത്?"

കോപത്തോടെ വലിയ ഭീമാകാരൻ ആരോടെന്നില്ലാതെ ചോദിച്ചു.

"നമ്മൾ ഏറ്റവും സ്നേഹിക്കുന്ന നമ്മുടെ കുഞ്ഞുസോദരിയെ ആരായിരിക്കാം കൊന്നത്......."

രണ്ടാമത്ത ഭീമാകാരനും സങ്കടത്തോടെ പറഞ്ഞു. ഇളയ ഭീമാകാരന് വല്ലാത്ത നഷ്ടബോധമുണ്ടായി.

"ഇനി നമ്മുടെ വീട് കാക്കാൻ ആരാ ഉള്ളത്? കുഞ്ഞുസോദരി മരിച്ചു പോയി അല്ലേ?"

മൂന്നുപേരും ഉറക്കെ കരഞ്ഞു.

"നമ്മുടെ കുഞ്ഞുപെങ്ങൾ മരിച്ചുപോയി. ഇനി എന്താ ചെയ്യുക..... ഞങ്ങൾക്കിനി ആരാ ഉള്ളത്?

അവരുടെ കരച്ചിൽ ഭൂമിയെ കുലുക്കി.

കുഞ്ഞുസോദരിയുടെ മൃതദേഹം പട്ടണത്തിലെ ശ്മശാനത്തിൽ എത്തിക്കാൻ അവർക്ക് ബുദ്ധിമുട്ടുണ്ട്. അവർ വെള്ളി കൊണ്ടുള്ള പെട്ടിയുണ്ടാക്കി. അതിൽ മൃതദേഹം അടച്ച് പട്ടണത്തിലേക്കുള്ള വഴിവക്കിൽ വച്ചു. ആരെങ്കിലും അതു കൊണ്ടു പോകുന്നുണ്ടോ എന്നറിയാൻ അവർ മൂവരും മറഞ്ഞുനിന്നു നോക്കി.

കുറച്ചു കഴിഞ്ഞപ്പോൾ സുന്ദരനായ ഒരു രാജകുമാരൻ കുതിരപ്പുറത്ത് ആ വഴി വന്നു. അയാൾ വെള്ളികൊണ്ടുള്ള പെട്ടി ശ്രദ്ധിച്ചു. തുറന്നു നോക്കി. അപ്പോഴും അവളുടെ സൗന്ദര്യത്തിന് ഒരു കുറവും ഉണ്ടായിരുന്നില്ല.

"ഇവൾ എന്റെ സൗന്ദര്യറാണിയാണ്."

രാജകുമാരൻ അവളെയുംകൊണ്ട് സ്വന്തം കൊട്ടാരത്തിലേക്കുപോയി. വെള്ളിപ്പെട്ടി വച്ച മുറിയിൽ ആരും കയറിപ്പോകരുതെന്ന് രാജകുമാരൻ ആജ്ഞാപിച്ചു. ഇത് അയാളുടെ സഹോദരിയെ ജിജ്ഞാസുവാക്കി. അവൾ പെട്ടി തുറന്നുനോക്കി. സൗന്ദര്യത്തിന്റെ വിസ്മയമാണ് പെട്ടിയിലുള്ളത്. ആ ചെരിപ്പുകൾ തീരെ യോജിക്കുന്നില്ല എന്നവൾക്കു തോന്നി. ഒരു വൃത്തികേടുപോലെയുണ്ട് ചെരിപ്പുകൾ. അവൾ ചെരിപ്പുകൾ വലിച്ചൂരി.

ആൻജെലീറ്റ ദീർഘമായി നിശ്വസിച്ചു. മനോഹരമായ കണ്ണുകൾ തുറന്നു. കുടിക്കാൻ വെള്ളം ആവശ്യപ്പെട്ടു.

രാജകുമാരന്റെ സഹോദരി അയാളെ വിളിച്ചു. ആൻജെലീറ്റ ജീവിച്ചിരിക്കുന്നു എന്നറിഞ്ഞ് അവനുണ്ടായ സന്തോഷത്തിനതിരില്ലായിരുന്നു. വിവാഹത്തിനുള്ള ഒരുക്കങ്ങൾ ആരംഭിച്ചു.

കാട്ടിനുള്ളിലെ മൂന്നു ഭീമാകാരന്മാരെയും കല്യാണത്തിനു ക്ഷണിക്കണമെന്ന് ആൻജെലീറ്റ നിർബ്ബന്ധിച്ചു. രാജകുമാരൻ സമ്മതിച്ചു. മൂന്നുപേരും കല്യാണത്തിനു വന്നു. അതിനുശേഷം അവർ ആ വീട് ഇടയ്ക്കിടെ സന്ദർശിക്കാറുണ്ട്.

ആൻജെലീറ്റ സുഖത്തോടെയും സന്തോഷത്തോടെയും ജീവിച്ചു.

2

വെളുത്ത കുഞ്ഞിക്കോഴി

ഒരു ദിവസം രാവിലെ കോഴി പ്രാതലിനു വേണ്ടി മണ്ണിൽ ചിക്കി ചികയുകയായിരുന്നു. മണ്ണിരയെയും പ്രാണികളെയും തെരയുന്നതിനിടയിൽ കോഴി പാട്ടുപാടുന്നുണ്ടായിരുന്നു.

"ക്വിറിച്ചി... ക്വിറിച്ചി..... ക്വിറിച്ചി..."

പെട്ടെന്നാണ് ഒരു കഷണം കടലാസ് കണ്ണിൽപെട്ടത്.

"ക്വിറിച്ചി ക്വിറിച്ചി ഭാഗ്യമാണോ,?"

അവൾ പാടിക്കൊണ്ട് കടലാസ് എടുത്തുനോക്കി.

"ഇതൊരു കത്തായിരിക്കാം. ഒരിക്കൽ മഹാരാജാവ് താഴ്വാരത്ത് സഭ വിളിച്ചുകൂട്ടിയപ്പോൾ ധാരാളം ആളുകൾ കത്തുകളുമായി വന്നിരുന്നു. ഇപ്പോൾ എനിക്കും ഒരു കത്തു കിട്ടിയിരിക്കുന്നു. ഞാനീ കത്ത് രാജാവിന്റെയടുത്ത് എത്തിക്കാൻ പോവുകയാണ്."

അടുത്ത ദിവസം രാവിലെ വെളുത്ത കുഞ്ഞിക്കോഴി അവളുടെ ദീർഘയാത്ര ആരംഭിച്ചു. അവൾ കത്ത് വളരെ ഭദ്രമായി സൂക്ഷിച്ചുവച്ചിരുന്നു. രാജാവിന്റെ കൊട്ടാരത്തിലേക്ക് വളരെയധികം ദൂരമുണ്ട്. വെളുത്ത കുഞ്ഞിക്കോഴി ഇത്രയും ദൂരത്തേക്ക് ആദ്യമായാണ് പോകുന്നത്.

കുറെ ദൂരം ചെന്നപ്പോൾ ഒരു കുറുക്കനെ കണ്ടു. സാധാരണ കുറുക്കനും കോഴിയും ചങ്ങാതിമാരാവില്ല. ഈ കുറുക്കൻ

വെളുത്ത കുഞ്ഞിക്കോഴിയുടെ സുഹൃത്തായിരുന്നു. ഒരിക്കൽ ഈ കുറുക്കനെ കെണിയിൽനിന്നും രക്ഷിച്ചത് വെളുത്ത കുഞ്ഞിക്കോഴിയായിരുന്നു. ആ സഹായം, കുഞ്ഞിക്കോഴിയുടെ ദയ കുറുക്കൻ ഒരിക്കലും മറന്നിട്ടില്ല.

"ഓ വെളുത്ത കുഞ്ഞിക്കോഴി.. നീ എവിടെയാണ് പോകുന്നത്?"

കുറുക്കൻ ചിരിച്ചുകൊണ്ടു ചോദിച്ചു.

"കിറിച്ചി കിറിച്ചി. ഞാൻ രാജകൊട്ടാരത്തിലേക്കാണ് പോകുന്നത്. രാജാവിന് ഒരു കത്തു കൊടുക്കാനുണ്ട്."

"നല്ലത് കുഞ്ഞിക്കോഴി നല്ലത്. നീ സമ്മതിക്കുകയാണെങ്കിൽ നിന്റെ ഒപ്പം കൊട്ടാരത്തിലേക്ക് ഞാനും വരുന്നുണ്ട്."

"നീ ഒപ്പം വരുന്നതിൽ എനിക്ക് സന്തോഷമേയുള്ളൂ. ഇതുപക്ഷേ, വളരെ നീണ്ട യാത്രയാണ്. ഒരുപാട് ദൂരമുണ്ട് രാജാവിന്റെ കൊട്ടാരത്തിലെത്താൻ. ഞാൻ കൊണ്ടുപോകുന്ന കത്ത് ഈ കുട്ടയിലാണുള്ളത്. നീ കുട്ടയിൽ കയറിക്കോളൂ. ഞാൻ കൊണ്ടുപോകാം."

കുറുക്കൻ കുട്ടയിൽ ചാടിക്കയറി. വെളുത്ത കുഞ്ഞിക്കോഴി യാത്ര തുടർന്നു. അവർ ഒരു പുഴക്കരയിലെത്തി പുഴയ്ക്കും കുഞ്ഞിക്കോഴിയുടെ സഹായം കിട്ടിയിരുന്നു. പുഴയിലുണ്ടായിരുന്ന വൃത്തിയില്ലാത്ത ജീവികളെ ഒരിക്കൽ അത് കരയിലേക്ക് എറിഞ്ഞിരുന്നു. ജീവികൾ വീണ്ടും പുഴയിലെത്തുമെന്നാണ് വിചാരിച്ചിരുന്നത്. എന്നാൽ, കോഴി അതിനെയൊക്കെ തിന്നു. പുഴയ്ക്ക് സന്തോഷമായി. അതിനുശേഷം പുഴ കോഴിയുടെ ചങ്ങാതിയായി.

"ഓ വെളുത്ത കുഞ്ഞിക്കോഴി...നീ എങ്ങോട്ടേക്കാ യാത്ര?"

കുഞ്ഞിക്കോഴിയെ കണ്ടയുടനെ പുഴ ചോദിച്ചു.

"കിറിച്ചി... കിറിച്ചി... ഞാൻ രാജകൊട്ടാരത്തിലേക്ക് ഒരു കത്തുംകൊണ്ട് പോവുകയാണ്."

"കുഞ്ഞിക്കോഴി... എന്നെയും കൂട്ടുമോ?"

"ഓ വന്നോളൂ... ഇതാ ഈ കുട്ടയിൽ കയറിക്കോളൂ."

പുഴ കുഞ്ഞിക്കോഴിയുടെ കുട്ടയിൽ കയറി. കുഞ്ഞിക്കോഴി യാത്ര തുടർന്നു. കുറച്ചുദൂരം കൂടി കഴിഞ്ഞപ്പോൾ വെളുത്ത

കുഞ്ഞിക്കോഴി തീയുടെ അടുത്തെത്തി.

മുമ്പൊരിക്കൽ തീ അണഞ്ഞുപോകാനിരിക്കെ വെളുത്ത കുഞ്ഞിക്കോഴി ഉണക്കപ്പുല്ലു കൊണ്ടിട്ടുകൊടുത്തു. തീക്ക് പുതിയ ജീവൻ കിട്ടി. അതിൽ പിന്നെ തീ കുഞ്ഞിക്കോഴിയുടെ ചങ്ങാതിയായി. കുഞ്ഞിക്കോഴിയെ കണ്ട തീ ചോദിച്ചു.

“ഏയ് വെളുത്ത കുഞ്ഞിക്കോഴി...... നീ എവിടേക്കാണ് പോകുന്നത്?”

“കിറിച്ചി... കിറിച്ചി... ഞാൻ രാജകൊട്ടാരത്തിലേക്കാണ് പോകുന്നത്. ഒരു കത്ത് എത്തിക്കാനുണ്ട്.”

“ഞാൻ കൂടെ വന്നോട്ടെ കുഞ്ഞിക്കോഴി...? ഞാനിതുവരെ രാജകൊട്ടാരം കണ്ടിട്ടേയില്ല.”

“ഓ വന്നോളൂ... ഈ കുട്ടയിൽ കയറിക്കോളൂ....”

കുഞ്ഞിക്കോഴി പറയേണ്ട താമസം തീ കുട്ടയിൽ കയറിയിരുന്നു. കുട്ട നിറഞ്ഞ് ആകെ പ്രയാസമായി. സൗകര്യം കിട്ടാൻ വേണ്ടി തീ രൂപം മാറി ചാരമായിത്തീർന്നു.

അവർ യാത്ര തുടർന്നു. കൊട്ടാരത്തിന്റെ വാതില്ക്കൽ കാവല്ക്കാരൻ അവരെ തടഞ്ഞു.

“ആരാണു നീ? കുട്ടയിൽ എന്താണുള്ളത്?”

“ഞാൻ കുഞ്ഞിക്കോഴിയാണ്. വെളുത്ത കുഞ്ഞിക്കോഴി. രാജാവിനു കൊടുക്കാനുള്ള കത്തുണ്ടായിരുന്നു.”

കുട്ടയിലുള്ള കുറുക്കനെയും പുഴയെയും തീയെയുംകുറിച്ച് കുഞ്ഞിക്കോഴി മിണ്ടിയില്ല. കാവല്ക്കാരന്റെ മുന്നിൽ കുഞ്ഞിക്കോഴി പേടിച്ചുപോയിരുന്നു.

കാവല്ക്കാരൻ വെളുത്ത കുഞ്ഞിക്കോഴിയെയും കൂട്ടി സിംഹാസനത്തിനടുത്തേക്ക് ചെന്നു. കുഞ്ഞിക്കോഴി രാജാവിനെ താണു വണങ്ങി നിന്നു.

“ആരാണു നീ? എന്തിനാണു വന്നത്?”

രാജാവ് ഘനഗംഭീരമായി ചോദിച്ചു.

“കിറിച്ചി.... കിറിച്ചി..... ഞാൻ വെളുത്ത കുഞ്ഞിക്കോഴിയാണ്. അങ്ങേക്കു സമർപ്പിക്കാൻവേണ്ടി ഒരു കത്തു കൊണ്ടുവന്നിട്ടുണ്ടായിരുന്നു.”

കുട്ടയുടെ അടിയിലുണ്ടായിരുന്ന കത്തെടുത്ത് കുഞ്ഞിക്കോഴി രാജാവിനു നേരെ നീട്ടി.

കുറുക്കന്റെ കാലിലെ ചെളിപറ്റി കടലാസ് മുഷിഞ്ഞിരുന്നു. പുഴയിരുന്നതുകൊണ്ട് നനയുകയും ചെയ്തു. തീ ചാരമായി മാറിയെങ്കിലും അതിനു ചൂടുണ്ടായിരുന്നതുകൊണ്ട് അവിടവിടെ സുഷിരങ്ങളും വന്നിട്ടുണ്ട്.

"ഇങ്ങനെയൊരു വൃത്തിയില്ലാത്ത കടലാസുമായി വന്നതിന്റെ ഉദ്ദേശ്യമെന്താ? എന്നെ അപമാനിക്കാനാണോ? കോഴികളെല്ലാം വിവരമില്ലാത്തവയാണെന്ന് എനിക്കറിയാം. നീയാണെങ്കിൽ ഞാനിതുവരെ കണ്ടിട്ടുള്ളതിൽ വച്ച് ഏറ്റവും വിവരംകെട്ടതും."

രാജാവ് അലറിക്കൊണ്ടാണ് പറഞ്ഞത്.

"ആരവിടെ?"

വേലക്കാർ ഓടിവന്നു.

"ഈ കോഴിയെ പിടിച്ച് കോഴിക്കൂട്ടിലിട്. നാളത്തെ ഭക്ഷണത്തിനെടുക്കാം."

ഉയരംകൂടിയ ഒരു വേലക്കാരൻ വെളുത്ത കുഞ്ഞിക്കോഴിയെ ബലമായിപ്പിടിച്ച് പിൻവശത്തെ ഗേറ്റ് കടന്ന് കോഴിക്കൂട്ടിനടുത്തേക്ക് പോയി. കുഞ്ഞിക്കോഴിയുടെ കൈയിൽ അപ്പോഴും അവളുടെ ചെറിയ കുട്ട ഉണ്ടായിരുന്നു.

കൂട്ടിലുണ്ടായിരുന്ന സകല കോഴികളും അവളുടെ നേരെ ചീറിയടുത്തു. അവളെ പിച്ചുകയും കൊത്തുകയും വലിക്കുകയുമൊക്കെ ചെയ്തു. അവളുടെ കണ്ണ് മാന്തിപ്പൊളിക്കാൻ പോലും ശ്രമം ഉണ്ടായി. ഏതോ കോഴി കുട്ടയുടെ മൂടി വലിച്ചു തുറന്നു.

കുറുക്കൻ പുറത്തുചാടി. അതിന്റെ കണ്ണുകൾ തിളങ്ങി. കുറുക്കൻ ഓരോ കോഴിയെയും കടിച്ചുകീറി തിന്നു. ഒന്നിനെപ്പോലും ബാക്കിവച്ചില്ല.

കുഞ്ഞിക്കോഴി കുട്ടയും കൈയിൽ പിടിച്ചു നില്ക്കയായിരുന്നു. അവസാനത്തെ കോഴിയെയും തിന്നു കഴിഞ്ഞപ്പോൾ കുറുക്കൻ ഓട്ടം തുടങ്ങി. പിന്നെ കുഞ്ഞിക്കോഴിയും അവിടെ

നിന്നില്ല. വേലക്കാർ വന്നു നോക്കുമ്പോൾ കോഴികളെ കാണാനില്ല. വെളുത്ത കുഞ്ഞിക്കോഴിയാണിതിനു കാരണമെന്ന് അവർ ഊഹിച്ചു. രാജാവും രാജ്ഞിയും എല്ലാവരും വന്നു നോക്കി.

പരിചാരകർ നാലുപാടും നോക്കി. കുഞ്ഞിക്കോഴി ഒരിടത്തും നിന്നില്ല. എങ്കിലും പരിചാരകന്മാരുടെയത്ര വേഗം ഉണ്ടായിരുന്നില്ല കുഞ്ഞിക്കോഴിക്ക്. അവർ വേഗം കൂട്ടി. സേവകർ കുഞ്ഞിക്കോഴിയെ കണ്ടെത്തി.

പെട്ടെന്ന് പുഴ കുട്ടയിൽനിന്നും പുറത്തുചാടി ഒഴുകുവാൻ തുടങ്ങി. രാജസേവകർക്ക് പുഴ മുറിച്ചുകടക്കാൻ കഴിഞ്ഞില്ല. കുഞ്ഞിക്കോഴി നില്ക്കാതെ ഓടി.

എങ്ങനെയും കുഞ്ഞിക്കോഴിയെ പിടിക്കണമെന്ന് സേവകർക്ക് വാശി ഉണ്ടായിരുന്നു. അവർ തോണി കൊണ്ടു വന്നു. പുഴകടന്നു. അപ്പോഴേക്കും കുഞ്ഞിക്കോഴി വളരെ ദൂരെയെത്തി. എങ്കിലും സേവകർ പുറകെ ഓടി. ഒടുവിൽ കുഞ്ഞിക്കോഴിയെ കണ്ടു.

വെളുത്ത കുഞ്ഞിക്കോഴിയെ രാജസേവകൻ പിടിക്കുമെന്ന് തോന്നിയ ഉടനെ കുട്ടയിൽ ചാരമായിക്കിടന്ന തീ ചാടിയിറങ്ങി. അത് പുകയായി ഇരുട്ടായി മാറി. ആകെ കുറ്റാക്കുറ്റിരുട്ട്. രാജസേവകർക്ക് തമ്മിൽത്തമ്മിൽത്തന്നെ കാണാൻ കഴിയാതെയായി. തിരിച്ചുപോവുകയേ അവർക്കു മാർഗ്ഗമുണ്ടായിരുന്നുള്ളു.

രാജസേവകൻ തിരിച്ചുപോയപ്പോൾ തീ വീണ്ടും ചാരമായി മാറി. അത് വെളുത്ത കുഞ്ഞിക്കോഴിയുടെ ശരീരത്തു പറന്നുവീണു. ചാരം വീണിടത്തെല്ലാം കറുത്ത പുള്ളികളുണ്ടായി. ഇനി ആർക്കും വെളുത്ത കുഞ്ഞിക്കോഴിയെ തിരിച്ചറിയാനോ ഉപദ്രവിക്കാനോ കഴിയില്ല.

ആ കോഴിയുടെ കുഞ്ഞുങ്ങൾക്കും വെള്ളയിൽ കറുത്ത പുള്ളികളുള്ള തൂവലുകൾ ഉണ്ടായിരുന്നു. അതിന്റ പരമ്പര ഇന്നും നിലനില്ക്കുന്നതായി വിശ്വസിക്കപ്പെടുന്നു.

3

വാലുപോയ മുയൽ

പണ്ടു പണ്ടൊരു കാലം മുയലിന് വലിയ വാലുണ്ടായിരുന്നു. പൂച്ച എപ്പോഴും മുയലിനെ അസൂയയോടെയാണ് നോക്കിയിരുന്നത്. പൂച്ച എപ്പോഴും വിചാരിക്കും വാലുണ്ടായെങ്കിലെന്ന്.

മുയൽ അശ്രദ്ധമായാണ് പെരുമാറുക. ഒരു ദിവസം മുയൽ ഉറങ്ങാൻ പോയതായിരുന്നു. നീളമുള്ള വാലും തൂക്കിയിട്ടാണ് ഉറക്കം. മനോഹരമായിരുന്നു അതിന്റെ വാൽ.

പൂച്ച നല്ല മൂർച്ചയുള്ള കത്തിയുമായി അവിടെ വന്നു. ഒറ്റ വെട്ടിന് മുയലിന്റെ വാൽ മുറിച്ചുകളഞ്ഞു. വാൽ സ്വന്തം പിൻഭാഗത്ത് അത് തുന്നിവയ്ക്കുകയും ചെയ്തു.

മുയൽ പൂച്ചയുടെ പ്രവൃത്തി നോക്കിനില്ക്കെ പൂച്ച ചോദിച്ചു.

“നോക്കിയാട്ടെ.... എനിക്കല്ലേ വാൽ കൂടുതൽ ചേരുന്നത്?”

സ്വാർത്ഥനല്ലാത്ത മുയൽ സമ്മതിച്ചു.

“ശരിയാണ്. എനിക്കാ വാൽ കൂടുതൽ നീളമുള്ളതാണെന്നു തോന്നിയിരുന്നു. എന്തായാലും പകരം ആ കത്തി എനിക്കു തരണം.”

പൂച്ച കത്തി മുയലിനു കൊടുത്തു. കത്തിയുമായി മുയൽ കാട്ടിലേക്കു പോയി.

“വാലുപോയെങ്കിലും കത്തികിട്ടിയല്ലോ. പുതിയൊരു വാൽ എനിക്കു കിട്ടും. അല്ലെങ്കിൽ നല്ല വേറെന്തെങ്കിലും കിട്ടും.”

അങ്ങനെപറഞ്ഞുകൊണ്ട് മുയൽ കാട്ടിലൂടെ വളരെനേരം നടന്നു. മുയൽ എത്തിച്ചേർന്നത് കുട്ട ഉണ്ടാക്കുന്ന ഒരാളുടെ മുന്നിലാണ്. അയാൾ കുട്ട കെട്ടുന്നതിന് ഉപയോഗിക്കുന്ന നാര് കടിച്ചാണ് മുറിക്കുന്നത്. മുയലിന്റെ വായിൽ ഒരു കത്തി കടിച്ചുപിടിച്ചത് അയാൾ കണ്ടു.

“ഓ... മുയലേ... ആ കത്തി എനിക്ക് തരാമോ മുയലേ..ഈ നാര് കടിച്ചു മുറിക്കുന്നത് വലിയ വിഷമമാ മുയലേ....”

അയാൾ മുയലിനോടു ചോദിച്ചു. മുയൽ കത്തി അയാൾക്കു കൊടുത്തു. അയാൾ കത്തികൊണ്ടു ശക്തിയായി കൊത്തി. കത്തി രണ്ടു കഷണമായി.

“അയ്യോ.... അയ്യോ.... നിങ്ങളെന്താ ചെയ്തത്...? എന്റെ നല്ല കത്തിയായിരുന്നു. നിങ്ങളതു പൊട്ടിച്ചു. പുതിയ കത്തിയായിരുന്നു.”

“മുയലേ ഞാൻ അറിഞ്ഞുകൊണ്ട് പൊട്ടിച്ചതല്ലല്ലോ. ക്ഷമിക്കണേ.....”

“പൊട്ടിയ കത്തികൊണ്ട് എനിക്കൊരു പ്രയോജനവുമില്ല. നിങ്ങൾക്ക് കഷണമായ കത്തികൊണ്ട് എന്തെങ്കിലു പ്രയോജനം ഉണ്ടായേക്കാം. എന്നാൽ പിന്നെ പകരമായി എനിക്ക് നിങ്ങൾ ഒരു കുട്ട തന്നേക്ക്.”

പ്രശ്നം പരിഹരിച്ചല്ലോ എന്ന വിചാരത്തിൽ അയാൾ ഒരു കുട്ട മുയലിനു കൊടുത്തു. മുയൽ അതുംകൊണ്ട് കാട്ടിലൂടെ യാത്ര തുടർന്നു. മുയൽ സ്വയം പറഞ്ഞുകൊണ്ടാണ് നടന്നത്.

“വാലുപോയതിനു പകരമായി എനിക്കൊരും കത്തികിട്ടി. കത്തി നഷ്ടമായെങ്കിലെന്ത് എനിക്കൊരു കുട്ട കിട്ടി. പുതിയ ഒരു വാലോ വേറെ നല്ല എന്തെങ്കിലുമോ എനിക്കു കിട്ടാതിരിക്കില്ല.”

മുയൽ ചാടിച്ചാടി പോയി. കുറെസമയം കഴിഞ്ഞപ്പോൾ ഒരു വെളിമ്പ്രദേശത്തെത്തി. അവിടെ ഒരു സ്ത്രീ കിഴങ്ങ് ശേഖരിക്കുന്നു. അവർ തലയുയർത്തി നോക്കിയപ്പോൾ മുയലിന്റെ വായിൽ കടിച്ചുപിടിച്ച കുട്ട കണ്ടു. അവർ ചോദിച്ചു.

"മുയലേ മുയലേ... ആ കുട്ട എനിക്ക് തല്ക്കാലത്തേക്കു തരാമോ?"

മുയൽ യാതൊരു മടിയുംകൂടാതെ കുട്ട സ്ത്രീക്കു കൊടുത്തു. അവർ കിഴങ്ങ് ശക്തിയായി കുട്ടയിലേക്കിട്ടു. കുട്ടയുടെ അടിഭാഗം പൊട്ടി.

"അല്ല നിങ്ങളെന്താ ചെയ്തത്? എന്റെ നല്ല കുട്ട പൊട്ടിച്ചല്ലോ?"

"അറിയാതെ സംഭവിച്ചതല്ലേ മുയലേ... ഞാൻ ക്ഷമ ചോദിക്കുന്നു."

"ങ്ഹാ... ഇനി കുട്ട നിങ്ങൾതന്നെ എടുത്തോ. പകരമായി എനിക്ക് കുറച്ച് കിഴങ്ങു തന്നാൽ മതി."

സ്ത്രീ മുയലിന് കിഴങ്ങു കൊടുത്തു. കിഴങ്ങുമായി നടക്കുന്നതിനിടയിൽ മുയൽ പറഞ്ഞുകൊണ്ടിരുന്നു.

"വാലു പോയ എനിക്ക് കത്തി കിട്ടി. കത്തിപോയ എനിക്ക് കുട്ട കിട്ടി. കുട്ടപോയ എനിക്കു കിഴങ്ങു കിട്ടി."

മുയലിന് വല്ലാതെ വിശക്കുന്നുണ്ടായിരുന്നു. അത് കിഴങ്ങ് ഒന്നു കടിച്ചുനോക്കി. ഇത്ര രുചികരമായ കിഴങ്ങ് ജീവിതത്തിൽ തിന്നിട്ടില്ല. മുയലിന് സന്തോഷം തോന്നി.

"വാലുപോയതു സാരമില്ല. എനിക്കിഷ്ടപ്പെട്ടതു തിന്നാൻ കിട്ടിയല്ലോ."

അതിനുശേഷമാണ് മുയലിന് വാലില്ലാതായത്.

4

രാത്രി ഉണ്ടായത്

പണ്ട് പണ്ട്. സമയം ഉണ്ടായ കാലം. ലോകം ഉണ്ടായ കാലം. അന്നു രാത്രി ഉണ്ടായിരുന്നില്ല. എപ്പോഴും പകൽ. സൂര്യന്റെ ഉദയത്തെക്കുറിച്ചോ അസ്തമയത്തെക്കുറിച്ചോ ആരും അറിഞ്ഞിരുന്നില്ല. നക്ഷത്രങ്ങളോ ചന്ദ്രപ്രഭയോ ഇല്ല. രാപ്പാടികളില്ല. രാശലഭങ്ങളില്ല. രാത്രി വിടരുന്ന പുഷ്പങ്ങളുമില്ല. നിഴലുകൾക്ക് നീളം കൂടുന്നില്ല. രാത്രിയിലെ നേർത്ത കാറ്റില്ല. രാത്രിഗന്ധമില്ല.

അക്കാലത്ത് കടലിലെ മഹാസർപ്പത്തിന്റെ മകൾ കരയിലെ മഹാജീവി വർഗ്ഗത്തിന്റെ പുത്രനായ പുരുഷനെ വിവാഹം ചെയ്തു. സമുദ്രാന്തർഭാഗത്തെ നിഴലിൽനിന്നും സർപ്പപുത്രി കരയിലെ പകൽവെളിച്ചത്തിലേക്കു വന്നു. വെളിച്ചത്തിൽ അവൾക്കു കണ്ണുകൾ തുറക്കാൻ കഴിഞ്ഞില്ല. സർപ്പസൗന്ദര്യം മങ്ങിപ്പോയി. അവളുടെ ഭർത്താവിന്റെ കണ്ണുകളിൽ ദുഃഖം നിറഞ്ഞുനിന്നു. ഭാര്യക്കുവേണ്ടി എന്താണു ചെയ്യാൻ കഴിയുക എന്നറിയാതെ അയാൾ വിഷമിച്ചു.

“രാത്രി വരണം. അതേ വഴിയുള്ളൂ. ഇവിടെ എപ്പോഴും പകലാണ്. എന്റെ പിതാവിന്റെ രാജ്യത്ത് എത്രയോ സ്ഥലത്ത് നിഴലുകളുണ്ട്. അല്പം രാത്രിയുടെ ഇരുട്ടുണ്ടായെങ്കിൽ.”

അവൾ കരഞ്ഞുപറഞ്ഞു. പുരുഷന് അത് മനസ്സിലായില്ല. അവൻ ചോദിച്ചു.

"എന്താണു രാത്രി? അതിനെക്കുറിച്ചു പറഞ്ഞുതരൂ. നിനക്കുവേണ്ടി കുറച്ചു രാത്രി കൊണ്ടുവരാൻ ഞാൻ ശ്രമിക്കാം."

അവൾ രാത്രിയെക്കുറിച്ച് വിശദീകരിക്കാൻ ശ്രമിച്ചു.

"അച്ഛന്റെ രാജ്യത്ത് നിഴലുകൾകൊണ്ട് ഇരുട്ടുണ്ടാക്കുന്നതിനെയാണ് രാത്രി എന്ന് ഞങ്ങൾ പറയുന്നത്. നിങ്ങളുടെ രാജ്യത്തെ പകലിനെ എനിക്ക് വളരെയധികം ഇഷ്ടമാണ്. പക്ഷേ, ഞാൻ വളർന്നത് ഇങ്ങനെയുള്ള അവസ്ഥയിലല്ലല്ലോ. എന്റെ അച്ഛന്റെ രാജ്യത്തുനിന്നും കുറച്ചു രാത്രി കൊണ്ടുവന്നിരുന്നെങ്കിൽ കുറെസമയം കണ്ണിന് വിശ്രമം കൊടുക്കാൻ കഴിയുമായിരുന്നു."

പുരുഷൻ ഏറ്റവും വിശ്വസ്തരായ മൂന്നു വേലക്കാരെ ഉടനെ വിളിച്ചു വരുത്തി.

"ഞാൻ നിങ്ങളെ ഒരു സ്ഥലത്തേക്ക് പറഞ്ഞയക്കുകയാണ്. കടലിലെ മഹാസർപ്പത്തിന്റെ രാജ്യത്തേക്കാണ് പോകേണ്ടത്. അവിടെ പോയി മഹാസർപ്പത്തോട് കുറച്ച് ഇരുട്ടു വാങ്ങിക്കൊണ്ടു വരണം. ഇല്ലെങ്കിൽ അദ്ദേഹത്തിന്റെ മകൾ സൂര്യവെളിച്ചത്തിൽ മരിച്ചുപോകും ഈ ഭൂമിയിൽ."

മൂന്നു വേലക്കാരും മഹാസർപ്പത്തിന്റെ രാജ്യത്തേക്കു യാത്രയായി. വളരെ പ്രയാസപ്പെട്ട് കടലിന്റെ ആഴത്തിൽ അവർ മഹാസർപ്പത്തിന്റെ രാജ്യത്തിലെത്തി. അവർ വന്നകാര്യം അറിയിച്ചു.

മഹാസർപ്പം ഒരു വലിയ സഞ്ചി നിറയെ ഇരുട്ട് കൊടുത്തു. സഞ്ചി ഭദ്രമായി കെട്ടിയിരുന്നു

"മകളുടെ മുന്നിലെത്തുന്നതുവരെ ഒരു കാരണവശാലും നിങ്ങളീ സഞ്ചി തുറക്കരുത്."

മഹാസർപ്പം പറഞ്ഞു. മൂന്നു വേലക്കാരും ഭൂമിയിലേക്കുള്ള മടക്കയാത്ര ആരംഭിച്ചു. അവരുടെ തലയിൽ വലിയ സഞ്ചി നിറയെ ഇരുട്ടായിരുന്നു. കുറച്ചു സമയം കഴിഞ്ഞതേയുള്ളൂ. സഞ്ചിക്കുള്ളിൽനിന്നും എന്തൊക്കെയോ ശബ്ദങ്ങൾ കേട്ടു. രാത്രിശലഭങ്ങളുടെയും രാപ്പക്ഷികളുടെയും രാപ്രാണികളുടെയും ശബ്ദങ്ങളാണത്. കാട്ടിലെ പുഴക്കരയിലൂടെ നടക്കുമ്പോൾ കേൾക്കാറുള്ള ശബ്ദം. മൂന്നു വേലക്കാരും അതുവരെ

അങ്ങനെയുള്ള ശബ്ദമൊന്നും കേട്ടിരുന്നില്ല. വേലക്കാർ പേടിച്ചുപോയി.

"നമുക്കീ സഞ്ചി ഇവിടെ ഉപേക്ഷിച്ചിട്ട് എത്രയുംവേഗം ഓടി രക്ഷപ്പെട്ടാലോ....."

ഒന്നാമത്തെ വേലക്കാരൻ സംശയം പ്രകടിപ്പിച്ചു.

"നമ്മൾ നശിച്ചുപോകുമെന്നാ എന്റെ പേടി. എന്താ ഇനി നമ്മൾ ചെയ്യുക."

രണ്ടാമത്തെ വേലക്കാരൻ പരിഭ്രമിച്ചു. മൂന്നാമത്തെ വേലക്കാരൻ ധൈര്യത്തോടെ പറഞ്ഞു:

"നശിക്കുന്നെങ്കിൽ നശിക്കട്ടെ. ഇതിനുള്ളിലെന്താണെന്ന് നോക്കണം. ഞാനിപ്പോൾ ഇതു തുറക്കും."

അവർ സഞ്ചി നിലത്തുവച്ചു. തുറന്നു. രാപ്പക്ഷികളും നിശാശലഭങ്ങളും പ്രാണികളുമൊക്കെ പുറത്തേക്കു പറന്നു. രാത്രിയുടെ കറുത്ത വൻമേഘവും പുറത്തേക്കു കുതിച്ചു.

ഇരുട്ടു കണ്ടു ഭയന്ന വേലക്കാർ അവിടെ നിന്നില്ല. കാട്ടിലേക്ക് ഓടിയൊളിച്ചു.

വലിയ സഞ്ചിയിൽ രാത്രിയുമായി വരുന്ന വേലക്കാരെയും പ്രതീക്ഷിച്ചിരിക്കുകയായിരുന്നു സർപ്പപുത്രി. വേലക്കാർ യാത്ര പുറപ്പെട്ട സമയം മുതൽ അവൾ കാക്കാൻ തുടങ്ങിയതാണ്. കൈകൾകൊണ്ട് കണ്ണുകൾപൊത്തി ഹൃദയം മുഴുവൻ പ്രതീക്ഷയോടെയാണ് അവളുടെ ഇരിപ്പ്. അവൾ ഒരു രാജകീയ മരച്ചുവട്ടിൽ കാത്തിരിക്കുന്ന സമയത്താണ് വേലക്കാർ സഞ്ചിതുറന്നതും ഇരുട്ട് പുറത്തേക്ക് പ്രവഹിച്ചതും.

"രാത്രി വന്നു..... രാത്രി വന്നു...."

ചക്രവാളത്തിൽ ഇരുണ്ട മേഘങ്ങൾ കണ്ട് അവൾ അത്യാഹ്ലാദത്തോടെ ഉറക്കെ വിളിച്ചുപറഞ്ഞു. അവൾ കണ്ണടച്ച് രാജകീയ മരച്ചുവട്ടിൽ ഉറങ്ങാൻ കിടന്നു.

ഉറക്കമുണർന്നപ്പോൾ അവൾക്കു കൂടുതൽ ഉന്മേഷം തോന്നി. കടലിന്റെ ആഴത്തിൽനിന്നും മഹാരാജാവായ പിതാവിനെ വിട്ടുവന്ന മകൾക്ക് സന്തോഷമായി. വീണ്ടും പകലിനെ കാണുവാൻ അവൾ തയ്യാറായിനിന്നു.

അവൾ മുകളിലേക്കു നോക്കി. മരത്തിനിടയിലൂടെ ആകാശത്ത് നക്ഷത്രത്തെ കണ്ടു.

“ഓ.... സുന്ദരതാരകമേ.... നിന്നെ പ്രഭാതനക്ഷത്രമെന്നു വിളിക്കട്ടെ...... പുലരിയുടെ പ്രഘോഷകനാകട്ടെ നീ. ഈ സമയം നീ ആകാശത്തിന്റെ രാജ്ഞിയായി അവരോധിക്കപ്പെടണം.”

അവൾ പക്ഷികളെയെല്ലാം വിളിച്ചുവരുത്തിയിട്ടു പറഞ്ഞു.

“ഓ പ്രിയപ്പെട്ട അത്ഭുതപ്പക്ഷികളേ......ഞാൻ നിങ്ങളോട് ആജ്ഞാപിക്കുകയാണ്. നിങ്ങളുടെ ഏറ്റവും മനോഹരമായ ഗാനങ്ങൾ ഈ മുഹൂർത്തത്തിൽ ആലപിക്കുവിൻ. പുലരിയുടെ സൂചനയാകട്ടെ അത്.”

കോഴി ആ സമയത്ത് അവളുടെ അടുത്തുണ്ടായിരുന്നു. കോഴിയോട് അവൾ പറഞ്ഞു:

“ഹേയ് കോഴീ...... നിന്നെ ഞാൻ രാത്രിയുടെ കാവല്ക്കാരനായി നിയമിക്കുന്നു. രാത്രി അവസാനിക്കാറാകുമ്പോൾ നിന്റെ ശബ്ദം കേൾക്കണം.”

അന്നുമുതൽ പ്രഭാതം വന്നെത്തുമ്പോൾ കോഴി കൂവുന്നു. പക്ഷികൾ അവയുടെ ഏറ്റവും മനോഹരമായ പാട്ടുകൾ പാടുന്നു.

വീണ്ടും പകൽ തെളിഞ്ഞപ്പോൾ മൂന്നുവേലക്കാരും കാട്ടിലൂടെ അവരുടെ വീട്ടിലെത്തി. അവരുടെ കൈയിൽ കാലിയായ സഞ്ചിയാണുണ്ടായിരുന്നത്.

പുരുഷൻ വേലക്കാരെ വിളിച്ചു.

“എന്തുകൊണ്ടാണ് നിങ്ങൾ കടലിലെ മഹാസർപ്പത്തിന്റെ വാക്കുകൾ അനുസരിക്കാതിരുന്നത്? അനുസരണക്കേടു കാണിച്ച നിങ്ങളെ കുരങ്ങന്മാരാക്കി മാറ്റുകയാണ്. സഞ്ചി അടച്ചതുപോലെ നിങ്ങളുടെ വായും അടച്ചുകളയും.”

അന്നുമുതൽ കുരങ്ങന്മാരുടെ ചുണ്ടിൽ മെഴുകു പുരണ്ടതുപോലെ അടയാളം കാണപ്പെട്ടു. രാത്രിയായാൽ കാട്ടിൽ രാപ്പക്ഷികളും നിശാശലഭങ്ങളും മറ്റു പ്രാണികളും കൂട്ടമായി ശബ്ദമുയർത്തുന്നു.

5

തവളയുടെ തൊലി

കാലങ്ങൾക്കപ്പുറം തവളയുടെ തൊലി വളരെ മിനുസമുള്ളതായിരുന്നു. അക്കാലത്ത് തവള അലഞ്ഞു നടക്കുകയായിരുന്നു പതിവ്. ഒരിക്കലും സ്വന്തം വീട്ടിൽ ഉണ്ടാവില്ല. എവിടെയെങ്കിലും വിരുന്നു സല്ക്കാരമോ മറ്റോ ഉണ്ടെങ്കിൽ തവള അവിടെ എത്തിയിരിക്കും. ദൂരമോ സമയമോ ഒന്നും അക്കാര്യത്തിൽ പ്രശ്നമായിരുന്നില്ല.

ഒരിക്കൽ ആകാശത്തിൽ ഒരു സല്ക്കാരത്തിൽ പങ്കെടുക്കാൻ ക്ഷണം ലഭിച്ചു. ഈ വിവരമറിഞ്ഞ മുള്ളൻപന്നി തവളയോടു പറഞ്ഞു.

“നിനക്കാ സല്ക്കാരത്തിൽ പങ്കെടുക്കാൻ കഴിയില്ല. ഭൂമിയിൽ നീ എത്ര സാവധാനമാണ് സഞ്ചരിക്കുന്നത്.....”

തവള വിട്ടുകൊടുത്തില്ല. അവൻ ചങ്ങാതിയോടു തറപ്പിച്ചു പറഞ്ഞു.

“നീ നോക്കിക്കോ... ഞാൻ സല്ക്കാരത്തിൽ പങ്കെടുക്കുമോ ഇല്ലയോ എന്ന്.”

തവളയുടെ വീട്ടിനടുത്തായി ഒരു വെള്ളപ്പരുന്ത് താമസിച്ചിരുന്നു. ആരും അതിനെ ഇഷ്ടപ്പെട്ടിരുന്നില്ല. മറ്റു പക്ഷികൾക്കൊന്നും വെള്ളപ്പരുന്തുമായി അടുപ്പം ഉണ്ടായിരുന്നില്ല.

തവള വെള്ളപ്പരുന്തിന്റെ വീട്ടിലേക്ക് ചെന്നു. വെള്ളപ്പരുന്ത് അപ്പോൾ വയലിനിൽ പാട്ടുപാടിക്കൊണ്ട് വീട്ടിനു പുറത്തിരിക്കുകയായിരുന്നു.

"നമസ്തേ ചങ്ങാതീ വെള്ളപ്പരുന്തേ....നീ ആകാശത്തിലെ സല്ക്കാരത്തിനു പോകുന്നുണ്ടോ?"

"ഉം പോകണമെന്ന് വിചാരിക്കുന്നുണ്ട്."

"ശരി. നല്ലതുതന്നെ. അങ്ങനെയാണെങ്കിൽ കൂട്ടത്തിൽ ഞാനുംകൂടി വരുന്നതിന് എതിർപ്പുണ്ടോ?"

വെള്ളപ്പരുന്തിനു സന്തോഷമായി. ഇതുവരെ ആരും ഇങ്ങനെ ചോദിച്ചിട്ടില്ല.

"ഓ...തവളയുടെയൊപ്പം യാത്ര ചെയ്യുന്നതിന് എനിക്ക് സന്തോഷമേയുള്ളൂ..... എപ്പോഴാണ് യാത്ര പുറപ്പെടുക?"

"വൈകുന്നേരം നാലുമണിക്ക് പുറപ്പെടാമെന്നാണ് ഞാൻ വിചാരിക്കുന്നത്. ആ സമയത്തിന് നീ എന്റെ വീട്ടിൽ വന്നാൽ മതി. നമുക്ക് അവിടുന്ന് യാത്ര പുറപ്പെടാം. പിന്നെ നിന്റെ വയലിൻ എടുക്കാൻ മറക്കരുത് കേട്ടോ...."

കൃത്യം നാലുമണിക്ക് വെള്ളപ്പരുന്ത് തവളയുടെ വീട്ടിലെത്തി. വയലിൻ കൈയിലുണ്ടായിരുന്നു. അപ്പോൾ തവള തീരെ താല്പര്യമില്ലാതെ പറഞ്ഞു.

"നീ വയലിൻ പുറത്തുവച്ച് അകത്തു കടന്നിരിക്കൂ. ഞാൻ തയ്യാറെടുക്കുന്നേയുള്ളൂ."

വെള്ളപ്പരുന്ത് വയലിൻ ഭദ്രമായി വച്ച് അകത്തുകടന്നു. തവള ജനലിലൂടെ പുറത്തേക്കുചാടി. വെള്ളപ്പരുന്ത് കാണാതെ വയലിന്റെ ഉള്ളിൽ കയറി ഇരിപ്പായി.

വെള്ളപ്പരുന്ത് കാത്തിട്ടും കാത്തിട്ടും തവളയുടെ അനക്കം പോലും കേട്ടില്ല. കാത്തുമുഷിഞ്ഞ വെള്ളപ്പരുന്ത് വയലിനും എടുത്ത് പുറപ്പെട്ടു.

സല്ക്കാരത്തിന് എത്തുമ്പോൾ വെള്ളപ്പരുന്ത് അല്പം താമസിച്ചുപോയിരുന്നു. തവളയെ കാത്തിരുന്നിട്ടാണ് താമസിച്ചതെന്ന് വെള്ളപ്പരുന്ത് പറഞ്ഞു.

"നീ വിഡ്ഢിത്തമാണ് കാണിച്ചത്. തവളയെ കാത്തിരി

ക്കേണ്ടതുണ്ടോ....അതിന് ആകാശത്തെ സല്ക്കാരത്തിൽ എത്തിച്ചേരാൻ കഴിയുന്നതെങ്ങനെയാണ്? വെറുതെ ഒരു രസത്തിന് ഞങ്ങൾ ക്ഷണിച്ചു എന്നേയുള്ളൂ. അവൻ സ്ഥിരം അലഞ്ഞു നടക്കുന്ന കൂട്ടത്തിലല്ലേ? വയലിൻ അവിടെവച്ച് സല്ക്കാരത്തിനു വരൂ...."

വെള്ളപ്പരുന്തിനെ അവർ വിളിച്ചുകൊണ്ടുപോയി. ആരും കാണാതെ തവള വയലിന്റെ ഉള്ളിൽനിന്നും പുറത്തുചാടി.

തവള ഉറക്കെ പൊട്ടിച്ചിരിച്ചുകൊണ്ട് സ്വയം പറഞ്ഞു.

"ഞാൻ വരില്ലെന്ന് അവർ വിചാരിച്ചു. തമാശ തന്നെ. എന്നെ ഇവിടെ കാണുമ്പോൾ അവർ അത്ഭുതപ്പെടും. തീർച്ചയായും."

അങ്ങനെ തന്നെ സംഭവിച്ചു. തവളയോളം സന്തോഷിച്ചവർ അവിടെ ഉണ്ടായിരുന്നില്ല.

"നീയെങ്ങനെ വന്നു?"

വെള്ളപ്പരുന്ത് ചോദിച്ചു.

"ഇപ്പോ അക്കാര്യം ചോദിക്കരുത്. അതൊക്കെ ഞാൻ പിന്നീട് പറയാം."

തവള തിന്നാനും നൃത്തം ചെയ്യാനും തുടങ്ങി. വെള്ളപ്പരുന്തിന് അവിടുത്തെ കാര്യങ്ങളൊന്നും ഇഷ്ടപ്പെട്ടില്ല. ആരോടും യാത്രപോലും പറയാതെ വെള്ളപ്പരുന്ത് സ്ഥലംവിട്ടു. അത് വയലിൻ എടുത്തില്ല.

വെള്ളപ്പരുന്ത് അവിടന്നു പോയത് തവള അറിഞ്ഞിരുന്നില്ല. തവള വയലിന്റെ ഉള്ളിൽ കയറിയിരുന്ന് കാത്തു. ആരും വയലിൻ എടുക്കാൻ വന്നില്ല. തവളയ്ക്ക് പരിഭ്രമമായി. അവിടേക്ക് വരേണ്ടായിരുന്നു എന്നു പോലും തവള ആഗ്രഹിച്ചു.

ആ സമയത്ത് പ്രാപ്പിടിയൻ വയലിൻ കണ്ടു. വെള്ളപ്പരുന്തിന്റേതാണ് വയലിനെന്ന് പ്രാപ്പിടിയനറിയാമായിരുന്നു. വെള്ളപ്പരുന്ത് എടുക്കാൻ മറന്നതായിരിക്കുമെന്ന് പ്രാപ്പിടിയൻ വിചാരിച്ചു. പോകുമ്പോൾ വയലിൻ കൊണ്ടുപോയി ചങ്ങാതിക്കു കൊടുക്കാമെന്ന് പ്രാപ്പിടിയൻ വിചാരിച്ചു.

വയലിനുമെടുത്ത് പ്രാപ്പിടിയൻ ഭൂമിയിലേക്കു പറന്നു. ഭയപരവശനായിട്ടാണ് തവളയുടെ ഇരിപ്പ്. അത് തളരുകയും ചെയ്തു. പ്രാപ്പിടിയനും തളർന്നിരുന്നു.

"ഓ ഈ ഭാരം കൂടിയ വയലിനെടുത്ത് ഞാനെന്തിനുപോകണം? വെള്ളപ്പരുന്താണെങ്കിൽ ആത്മാർത്ഥ സുഹൃത്തൊന്നുമല്ലതാനും."

അതുംപറഞ്ഞ് പ്രാപ്പിടിയൻ വയലിൻ താഴേക്കിട്ടു. വയലിന്റെ ഉള്ളിൽനിന്നും തവള കരഞ്ഞുപറഞ്ഞു.

"കല്ലുകളേ മുള്ളുകളേ.... എന്റെ വഴിയിൽനിന്ന് ദയവായി മാറിത്തരണേ...."

കല്ലുകൾക്കുണ്ടോ ചെവി.... തവള പറയുന്നതൊന്നും കല്ലുകളും മുള്ളുകളും കേട്ടില്ല.

കല്ലുകൾ വഴിമാറിയുമില്ല. വയലിൻ കല്ലിൽവീണു തകർന്നു. തകർന്ന വയലിന്റെ ഉള്ളിൽനിന്നും പുറത്തു കടക്കുമ്പോൾ തവളയുടെ പുറമാകെ കീറി മുറിഞ്ഞു.

വെള്ളപ്പരുന്ത് അറിഞ്ഞില്ല അതിന്റെ വയലിന് എന്തു സംഭവിച്ചെന്ന്. തവളയുടെ തൊലിയിൽ പരുപരുപ്പുണ്ടായതും എങ്ങനെയെന്ന് വെള്ളപ്പരുന്ത് അറിഞ്ഞില്ല. തവളയുടെ അലഞ്ഞുതിരിയലും അവസാനിച്ചു. ഏതെങ്കിലും മുക്കിലോ മൂലയിലോ ഇരിക്കലായി തവള.

6

നരിയുടെ ദേഹത്തെ വരകൾ

ഒരു നരിയുണ്ടായിരുന്നു പണ്ട്. അതിന്റെ ദേഹത്ത് വരകളൊന്നും ഉണ്ടായിരുന്നില്ല അന്ന്. ആ നരിക്ക് ഒരു കൃഷിസ്ഥലം ഉണ്ടായിരുന്നു. അതിൽ പുല്ല് ധാരാളം വളർന്നപ്പോൾ കൃഷിക്കു മുമ്പ് അതൊക്കെ വൃത്തിയാക്കുവാൻ ഒരു പണിക്കാരനെ ഏർപ്പെടുത്താൻ വിചാരിച്ചു.

അതിനുവേണ്ടി നരി എല്ലാ ജീവികളെയും വിളിച്ചു വരുത്തിയിട്ട് അറിയിച്ചു.

"എനിക്ക് കൃഷിസ്ഥലം വൃത്തിയാക്കുവാൻ നല്ലൊരു പണിക്കാരനെ വേണം. വേഗം വേണം. പണിയെടുക്കാൻ തയ്യാറുള്ളവർക്ക് ഒരു കാളയെ പ്രതിഫലമായി നല്കാം."

ആദ്യം അപേക്ഷയുമായി വന്നത് കുരങ്ങനാണ്. കുറച്ചുസമയം കുരങ്ങനെ പരീക്ഷിച്ചു. കുരങ്ങൻ അനുയോജ്യനായ പണിക്കാരനല്ലാ എന്നു ബോദ്ധ്യമായി. എത്രയുംവേഗം കുരങ്ങനെ ജോലിയിൽനിന്നും പിരിച്ചയച്ചു. പ്രതിഫലമൊന്നും കൊടുത്തുമില്ല.

രണ്ടാമത് ആടാണ് വന്നത്. ആട് ആത്മാർത്ഥമായാണ് ജോലി ചെയ്തത്. എന്നാൽ, സമർത്ഥമായി ചെയ്യുവാൻവേണ്ട ബുദ്ധി അവനില്ലെന്നു നരിക്കു മനസ്സിലായി. ആട് ഒരിടത്ത് വൃത്തിയാക്കാൻ കുറെദൂരം പോയിട്ടാണ് പിന്നെ വൃത്തിയാക്കുക.

ഒന്നും ചിട്ടയില്ല. അതുകൊണ്ട് ചെയ്യുന്ന പ്രവൃത്തിക്കു വൃത്തിയുമില്ല. ആടിനെയും വേഗംതന്നെ പിരിച്ചയച്ചു.

അടുത്തതായി മുള്ളൻപന്നിയെയാണ് ജോലിക്കു നിയോഗിച്ചത്. മുള്ളൻ വളരെ ശക്തനാണ്. ജോലി നന്നായി ചെയ്യുന്നുമുണ്ട്. അതിനുള്ള ഏറ്റവും വലിയ തകരാറ് അതിന്റെ തീരാത്ത വിശപ്പാണ്. ഭക്ഷണസമയമാണ് അതിനു കൂടുതലുള്ളത്. നരിക്ക് മുള്ളൻപന്നിയോട് നീരസം തോന്നി. വേഗംതന്നെ മുള്ളൻപന്നിയെ പിരിച്ചുവിട്ടു.

ഇനിയാരുണ്ട് ജോലിചെയ്യാൻ എന്നു വിചാരിക്കുകയായിരുന്നു നരി. മുയൽ ജോലിചെയ്യാൻ തയ്യാറായി വന്നു. നരി അവന്റെ നേരെ നോക്കി ചിരിച്ചു. അത് ഒരു പരിഹാസച്ചിരിയായിരുന്നു.

"ഏയ് മുയലേ.... ഇത്തരം ജോലികൾ ചെയ്യാൻ നീ വളർന്നിട്ടില്ല. നീ തീരെ ചെറുതല്ലേ.... കുരങ്ങനും ആടും മുള്ളൻപന്നിയുമൊക്കെ ചെയ്തത് എനിക്ക് തൃപ്തിയായിട്ടില്ല. അവരൊക്കെ ജോലിയിൽ പരാജയപ്പെട്ടു. തീരെ ചെറിയ നീയാണോ ഇനി വിജയിക്കാൻ പോകുന്നത്?"

വേറാരും ജോലിക്കു തയ്യാറായിരുന്നില്ല. ഏതായാലും താല്പര്യത്തോടെ വന്നതല്ലേ എന്നുകരുതി മുയലിനോട് ജോലി തുടങ്ങിക്കൊള്ളാൻ നരി ആവശ്യപ്പെട്ടു.

മുയൽ സത്യസന്ധമായും നന്നായും ജോലിചെയ്തു. കുറഞ്ഞ സമയംകൊണ്ട് വളരെയേറെ ഭാഗം മുയൽ വൃത്തിയാക്കി. തുടർന്നുള്ള ദിവസങ്ങളിലും മുയൽ നന്നായിത്തന്നെ ജോലിയിൽ ഏർപ്പെട്ടു. മുയലിനെ ജോലി ഏല്പിച്ചതു നന്നായെന്ന് നരിക്കു തോന്നിത്തുടങ്ങി.

ജോലി ചെയ്യുന്നതു നോക്കിനിന്ന് നരിക്ക് ക്ഷീണമായി. മുയലിന് നിർദ്ദേശങ്ങൾ കൊടുത്തില്ലെങ്കിലും അത് കൃത്യമായിത്തന്നെ പണി ചെയ്തുകൊണ്ടിരുന്നു. അതുകൊണ്ട് വേട്ടയ്ക്കു പോകാമെന്ന് നരി വിചാരിച്ചു. മകനെ കൃഷിസ്ഥലത്ത് കാവൽനിർത്തി നരിപോയി.

മുയൽ മകനോടു ചോദിച്ചു.

"നിന്റെ അച്ഛൻ എനിക്കു തരാൻപോകുന്ന കാളയുടെ ഇടത്തെ ചെവിയിലും വലത്തെ ചെവിയിലും വെളുത്ത പുള്ളി അടയാളപ്പെടുത്തിയിട്ടുണ്ട് അല്ലേ?"

"ഏയ് ഇല്ല. അതിന്റെ ശരീരം മുഴുവൻ ചുവപ്പാണ്. വലത്തെ ചെവിയിൽ ഒരു ചെറിയ വെള്ള പുള്ളിയുണ്ട്."

മകൻ പറഞ്ഞു. മുയൽ അപ്പോൾ ഒന്നും മറുപടി പറഞ്ഞില്ല. കുറെസമയം ജോലി തുടർന്നശേഷം ചോദിച്ചു.

"നിന്റെ അച്ഛൻ എനിക്കു തരുന്ന കാളയെ പുഴക്കരയിലാണ് സൂക്ഷിച്ചത് അല്ലേ?"

"അതെ."

മകൻ നരി പറഞ്ഞു.

ജോലി തീരുന്നതിനു മുന്നേ കാളയെ ലഭിക്കുവാൻ വേണ്ടി മുയൽ ആലോചിച്ചുകൊണ്ടിരുന്നു. മുയൽ അതിനുവേണ്ടി പുറപ്പെട്ടപ്പോൾ നരിയുണ്ട് തിരിച്ചുവരുന്നു. നരി പോയശേഷം മുയൽ വേണ്ടവണ്ണം ജോലി ചെയ്തിട്ടില്ല എന്ന് നരിക്കു മനസ്സിലായി. അതിനുശേഷം കൃഷിസ്ഥലം മുഴുവൻ വൃത്തിയാക്കുന്നതുവരെ നരി കാവൽനിന്നു. വാഗ്ദാനം ചെയ്തതുപോലെ കാളയെ കൊടുത്ത് നരി പറഞ്ഞു.

"നീയിതിനെ കൊല്ലണം. പക്ഷേ, ഈച്ചയോ കൊതുകോ ഇല്ലാത്ത സ്ഥലത്തുവച്ചേ കൊല്ലാൻ പാടുള്ളൂ."

മുയൽ കാളയെയുംകൊണ്ട് പോയി. കുറച്ചു ദൂരം ചെന്നപ്പോൾ കാളയെ കൊല്ലാമെന്ന് മുയൽ വിചാരിച്ചു. ഒരു കോഴിയുടെ ഒച്ചകേട്ടു. അടുത്തുതന്നെ കൃഷിസ്ഥലമുണ്ടാകുമെന്നും ഈച്ചകൾ ഉണ്ടാകുമെന്നും മുയൽ തീരുമാനിച്ചു. കുറെദൂരം കൂടി കാളയെയും കൊണ്ടു നടന്നു. വീണ്ടും കാളയെ കൊല്ലണമെന്ന വിചാരമുണ്ടായി മുയലിന്. അവിടം നിലമൊക്കെ നനഞ്ഞിരിക്കുന്നു. ചെടികളുടെ ഇലകളിലൊക്കെ ജലം പറ്റിപ്പിടിച്ചിട്ടുണ്ട്. അങ്ങനെയാവുമ്പോൾ കൊതുകുണ്ടാകാൻ സാദ്ധ്യതയുണ്ട്. അവിടുന്നും കാളയെ കൊല്ലേണ്ട എന്നായി മുയലിന്റെ തീരുമാനം.

നടന്ന് നടന്ന് ഉയരമുള്ള ഒരു സ്ഥലത്തെത്തി അവിടെ നന്നായി കാറ്റടിക്കുന്നുണ്ട്.

"ഇവിടെ കൊതുകുണ്ടാവില്ല. ചെടിയും ഒന്നുമില്ല. ഈച്ച കൾക്കും സാദ്ധ്യതയില്ല. ഇവിടുന്ന് കാളയെ കൊല്ലാം."

മുയൽ സ്വയം പറഞ്ഞു. കാളയെ തിന്നാനിരിക്കയായിരുന്നു മുയൽ. അപ്പോഴുണ്ട് നരി വരുന്നു.

"ഓ...മുയലേ നീ എന്റെ ഏറ്റവും പ്രിയപ്പെട്ട ചങ്ങാതിയാ ണ്. പിന്നെ ഞാൻ വല്ലാതെ വിശന്നിരിക്കയാ.....നീ കണ്ടോ എന്റെ വാരിയെല്ലുകൾ മുഴുവൻ പൊന്തി നില്ക്കുന്നു. നീ നല്ല ദയ യുള്ള മുയലല്ലേ. നീയെനിക്ക് ഒരു കഷണം ഇറച്ചി തരില്ലേ?"

മുയൽ ഒരു കഷണം കൊടുത്തു. തിളങ്ങുന്ന കണ്ണുകളോടെ അതു തിന്ന നരി വീണ്ടും ചോദിച്ചു.

"മുയലേ എനിക്കു തിന്നാൻവേണ്ടി നീ കാളയെ മുഴുവ നായും എനിക്കു വിട്ടുതരില്ലേ?"

മുയൽ നരിയെ നോക്കി. വലിയതും ഭയാനകവുമാണ് അവന്റെ രൂപം. മുയൽ നരിയെ തിന്നാൻ അനുവദിച്ചു. നരി കാളയെ മുഴുവൻ തിന്നു തീർത്തു. മുയലിന് അല്പം മാത്രമേ കിട്ടിയുള്ളൂ. അവന് നരിയോട് കടുത്ത പകയുണ്ടായി.

കുറച്ചു ദിവസങ്ങൾ കഴിഞ്ഞ് മുയൽ നരിയുടെ വീടിനടുത്തു പോയി. മരത്തിന്റെ കമ്പുകൾ വെട്ടുകയായിരുന്നു മുയൽ. നരി ഇതുകണ്ടു അടുത്തുവന്നു ചോദിച്ചു.

"മുയലേ നീയെന്തു ചെയ്യുകയാ?"

"ഞാൻ എനിക്കുള്ള വേലികെട്ടാനുള്ള ഒരുക്കത്തിലാ. എല്ലാ വരും അവരവർക്കുവേണ്ടുന്ന വേലി സ്വയം കെട്ടിക്കൊള്ളണ മെന്നുള്ള കല്പനയുണ്ടല്ലേ...."

"ഞാനങ്ങനെയൊരു കല്പന അറിഞ്ഞേയില്ലല്ലോ..."

"അത് അത്ഭുതമായിരിക്കുന്നു. എല്ലാ മൃഗങ്ങളും വേലി കെട്ടിത്തുടങ്ങിയല്ലോ."

"മുയലേ....മുയലേ....ഞാനെന്താ ചെയ്യുക....വേലിക്കെട്ട് ഉണ്ടാ ക്കുന്നത് എങ്ങനെയെന്ന് എനിക്കറിയില്ലല്ലോ...എനിക്ക് അങ്ങനെ ചെയ്യാൻ പറ്റില്ല. മുയലേ....നല്ല മുയലേ....ദയയുള്ള മുയലേ.....നീ യെന്റെ പ്രിയപ്പെട്ട സുഹൃത്തല്ലേ....വളരെക്കാലമായില്ലേ നമ്മൾ സുഹൃത്തുക്കളായിട്ട്....നിനക്കുള്ള വേലി ഉണ്ടാക്കുന്നതിനുമുമ്പ്

നീ എനിക്കുചുറ്റും വേലികെട്ടി തരുമോ? എന്റെ ചങ്ങാതി എന്നെ സഹായിക്കില്ലേ?"

സ്വന്തം കാര്യം ചെയ്യുന്നതിന് മുമ്പ് നരിയെ സഹായിക്കുന്നത് പ്രയാസമുള്ള കാര്യമാണെന്ന് മുയൽ പറഞ്ഞു. നരി താഴ്ന്നപേക്ഷിച്ചപ്പോൾ മുയൽ കാര്യംമേറ്റു.

മുയൽ ധാരാളം വലിയ കമ്പുകൾ മുറിച്ചിട്ടു. നരിയെ നടുക്കു നിറുത്തി കമ്പുകൾ കുഴിച്ചിട്ട് ചുറ്റും വേലികെട്ടി. ശക്തമായ വേലിയായപ്പോൾ മുയൽ അവിടുന്നും പോയി.

എന്തെങ്കിലുമൊക്കെ സംഭവിക്കുമെന്ന് പ്രതീക്ഷിച്ച് നരി കാത്തിരിപ്പായി. പെട്ടെന്നെന്നല്ല വിചാരിച്ചതിലധികം സമയമായിട്ടും ഒന്നും സംഭവിച്ചില്ല.

നരിക്ക് വിശപ്പും ദാഹവും വർദ്ധിച്ചുകൊണ്ടിരുന്നു. കുറച്ചു കഴിഞ്ഞപ്പോൾ ഒരു കുരങ്ങൻ ആ വഴി വന്നു. നരി ഉൽക്കണ്ഠയോടെ ചോദിച്ചു.

"അപകടം ഒഴിവായോ?"

നരി എന്തുദ്ദേശിച്ചിട്ടാണ് ചോദിച്ചതെന്ന് കുരങ്ങനു മനസ്സിലായില്ല. എങ്കിലും അതെ എന്നാണ് കുരങ്ങൻ മറുപടി പറഞ്ഞത്.

"ഓ കുരങ്ങാ നന്നായി. കുരങ്ങൻ ദയയുള്ളവനല്ലേ....എന്നെ പുറത്തു കടക്കാൻ നീ സഹായിക്കുമോ?"

"അകത്താക്കിയ ആൾതന്നെ കടക്കാനും സഹായിക്കും."

അങ്ങനെ പറഞ്ഞ് കുരങ്ങൻ സ്ഥലംവിട്ടു. കുറച്ചു കഴിഞ്ഞപ്പോൾ അതു വഴി ആടുവന്നു. നരി ആടിനെ വിളിച്ചു ചോദിച്ചു.

"അപകടം ഒഴിവായോ ആടേ?"

ഒന്നും മനസ്സിലായില്ലെങ്കിലും ആടു പറഞ്ഞു.

"ഉം ഒഴിവായി."

അതു കേട്ട ഉടനെ നരി പറഞ്ഞു.

"നല്ല ആടേ ചങ്ങാതീ....എന്നെ വേലിക്കുള്ളിൽനിന്നും പുറത്തുകടക്കാൻ സഹായിക്കുമോ?"

ആട് നിസ്സഹായത പ്രകടിപ്പിച്ചു.

"ഉള്ളിലാക്കിയ ആൾതന്നെ പുറത്തുകടത്തും."

ആട് അതിന്റെ വഴിക്കുപോയി. കുറച്ചുസമയംകൂടി കഴിഞ്ഞു.

അതുവഴി മുള്ളൻപന്നി വന്നു.

"ഏയ് മുള്ളൻപന്നീ അപകടം ഒഴിവായോ?"

മുള്ളൻപന്നി അപകടത്തെപ്പറ്റിയൊന്നും അറിഞ്ഞിട്ടില്ല. അതുകൊണ്ട് അതെ എന്നുതന്നെയാണ് മുള്ളൻപന്നിയും പറഞ്ഞത്. ഉടനെ നരി ചോദിച്ചു

"അയല്ക്കാരനും സുഹൃത്തുമായ മുള്ളൻപന്നീ എന്നെ ഒന്നു സഹായിക്കാമോ വേലിക്കുള്ളിൽനിന്നു പുറത്തുകടക്കാൻ?"

മറ്റുള്ളവർ പറഞ്ഞതു തന്നെ മുള്ളൻപന്നിയും പറഞ്ഞു.

"ഉള്ളിലാക്കിയവർതന്നെ പുറത്തു കടത്തും."

മുള്ളൻപന്നി പിന്നെ അവിടെ നിന്നില്ല.

നരി ചാടിനോക്കി. എത്ര ഉയരത്തിൽ ചാടിയിട്ടും വേലിക്കു പുറത്തു കടക്കാൻ കഴിഞ്ഞേയില്ല. ചാടിച്ചാടി തളർന്ന നരി നിരാശനായി.

വിശ്രമിക്കാൻ കിടന്നപ്പോൾ നരി ആലോചിച്ചു. പുറത്തു സൂര്യൻ എത്ര ശോഭയോടെയാണ് പ്രകാശിക്കുന്നത്..... കാട്ടിൽ വേട്ടയ്ക്കു പോകുന്നത് എത്ര രസകരമായിരിക്കും....അരുവിയിലെ ജലത്തിന് എന്തു കുളിരാണ്.....

നരി വീണ്ടും എഴുന്നേറ്റ് ചാടാൻ തുടങ്ങി. ഒടുവിൽ വേലിപൊട്ടിച്ച് അതിനിടയിലൂടെ പുറത്തുകടന്നു. അപ്പോൾ വേലിക്കമ്പുകൾകൊണ്ട് നരിയുടെ ഇരുവശങ്ങളിലും വലിയ പോറലുകളുണ്ടായി. ആ പോറലുകൾ ഉണങ്ങിയതാണ് നരിയുടെ ശരീരത്തിലെ വരകൾ.

7

കുഞ്ഞാട്

ഒരു കുഞ്ഞാട്. അത് മൈതാനത്ത് തുള്ളിക്കളിച്ച് രസിക്കുമായിരുന്നു. തെളിഞ്ഞ പകലും ഇളംകാറ്റും കുഞ്ഞാടിനെ സന്തോഷിപ്പിച്ചു വന്നു. ഒരുദിവസം ഉച്ചഭക്ഷണം കഴിഞ്ഞസമയം. ഹൃദ്യമായ ഭക്ഷണമായിരുന്നു. കുഞ്ഞാട് വളരെയേറെ സന്തോഷിച്ചു. അതിന്റെ വിചാരം അതിനെപ്പോലെ നല്ലൊരു കുഞ്ഞാട് വേറെ ഇല്ലെന്നായിരുന്നു.

മൈതാനത്ത് ഒരു തവള കുഞ്ഞാടിന്റെ കളികൾ നോക്കിക്കൊണ്ടിരിക്കുന്നുണ്ട്. കുറെനേരം അതിന്റെ കളികൾ കണ്ടശേഷം തവള ചോദിച്ചു.

“ഇന്നെന്താ കുഞ്ഞാടേ വിശേഷം? എന്തുതോന്നുന്നു?”

“വലിയ സന്തോഷം. ഇതുവരെ എനിക്കിങ്ങനെ തോന്നിയിട്ടില്ല.”

“നിനക്ക് വലിയ ശക്തി തോന്നുന്നുണ്ടോ? എത്ര ശക്തിയുണ്ടെങ്കിലും നിന്നെ എനിക്ക് കടലിലേക്ക് വലിക്കുവാൻ കഴിയും.”

ചിരിച്ചു ചിരിച്ചു ചിരിച്ചു കുഞ്ഞാട് നിലത്തുവീണുരുണ്ടു.

“ഇതാ ഈ കയറ് പിടിക്ക്. നിനക്ക് കാണാലോ എത്രവേഗത്തിൽ നിന്നെ ഞാൻ വലിച്ചുകൊണ്ടു പോകുമെന്ന്.”

കുഞ്ഞാട് കയറിന്റെ ഒരറ്റം പിടിച്ചു. തവള മറ്റേഅറ്റം പിടിച്ചിട്ടു പറഞ്ഞു.

"ഞാൻ കുറെദൂരം പോയിനില്ക്കാം. നിന്റെ അടുത്തു നിന്നാൽ എനിക്കു വലിക്കാൻ വിഷമമാകും. "

കുഞ്ഞാട് കാത്തുനിന്നു. തവള കടലിലേക്ക് ചാടി. കടലിലൊരു തിമിംഗലത്തിന്റെ പുറത്തുകയറി. കയറിന്റെ അറ്റം തിമിംഗലത്തെ ചുറ്റിക്കെട്ടി. തവള കുഞ്ഞാടിനെ വിളിച്ചു.

"കുഞ്ഞാടേ വലിച്ചോളൂ. നിന്റെ ശക്തിക്കനുസരിച്ചു വലിച്ചോ...."

കുഞ്ഞാട് വലിക്കാൻ തുടങ്ങിയപ്പോൾ തിമിംഗലം തീരത്തുനിന്നും ഉള്ളിലേക്കു നീന്തിപ്പോയി. കുഞ്ഞാട് എത്ര ശക്തിയായി വലിച്ചിട്ടും ഒരു ഫലവുമുണ്ടായില്ല. തിമിംഗലം കടലിനകത്തേക്ക് കുഞ്ഞാടിനെയുംകൊണ്ട് വളരെവേഗം നീന്തി.

കടലിനടുത്തെത്തിയപ്പോൾ കുഞ്ഞാട് പറഞ്ഞു.

"സമ്മതിച്ചേ....സമ്മതിച്ചേ....തോല്വി സമ്മതിച്ചേ..."

കുഞ്ഞാട് കയറുവിട്ടു. അതിനുശേഷം സൂര്യൻ എത്ര ശോഭയോടുകൂടി പ്രകാശിച്ചിട്ടും കുഞ്ഞാട് അമിതമായി ആഹ്ലാദം പ്രകടിപ്പിച്ചില്ല. വിനയത്തോടെ മാത്രമേ പെരുമാറിയുള്ളൂ.

കുറച്ചുദിവസമേ കഴിഞ്ഞുള്ളൂ. സൂര്യൻ വെട്ടിത്തിളങ്ങുകയാണ്. കുഞ്ഞാടിന് വളരെയധികം സന്തോഷം തോന്നി. തവള പറഞ്ഞതും അവനുമായി മത്സരിച്ചതുമെല്ലാം കുഞ്ഞാട് മറന്നുപോയി.

കുഞ്ഞാടിന്റെ സന്തോഷംകണ്ട് തവള വീണ്ടും ചോദിച്ചു.

"എങ്ങനെയുണ്ട് കുഞ്ഞാടേ? എന്തുതോന്നുന്നു?"

"വളരെ സന്തോഷംതോന്നുന്നു."

"എന്നാൽപ്പിന്നെ നമുക്കൊരു ഓട്ടമത്സരം നടത്തിയാലോ....? മത്സരത്തിൽ ഞാൻതന്നെ ജയിക്കും."

കുഞ്ഞാട് വിട്ടുകൊടുക്കാൻ ഭാവമില്ലായിരുന്നു.

"എന്നെയും വലിച്ചു കടലിലേക്കു പോകുവാൻ നിനക്കു കഴിഞ്ഞെന്നത് ശരിതന്നെ. പക്ഷേ, ഓട്ടത്തിൽ ഞാൻ തന്നെയാവും മുന്നിലെത്തുക. നീ ഈ പുൽത്തകിടിയിൽ ചാടിച്ചാടി

കളിക്കുന്നത് ഞാൻ കാണാറുള്ളതാണ്. നിനക്ക് വേഗത്തിൽ ഓടാൻ കഴിയില്ലെന്നത് തീർച്ചയാണ്. ഞാൻ പറയുന്നത് തെളിയിക്കുവാൻ മത്സരത്തിന് ഞാൻ തയ്യാറാണ്."

തവള ഒരു സൂത്രം പ്രയോഗിച്ചുകൊണ്ട് പറഞ്ഞു.

"നീ നിന്റെ എല്ലാവരെയും മത്സരം കാണാൻ ക്ഷണിച്ചോളൂ. ഞാനും എന്റെ ആൾക്കാരെ ക്ഷണിക്കാം."

തവള അതിന്റെ ഏറ്റവുമകന്ന ബന്ധുക്കൾ വരെയുള്ളവരെ ക്ഷണിച്ചുകൊണ്ടുവന്നു. മത്സരം നടക്കുന്നതിന്റെ പല ദൂരങ്ങളിലായാണ് അവരെ തവള നിർത്തിയിട്ടുള്ളത്. അവരോടൊരു കാര്യം ചെയ്യാനും തവള നിർദ്ദേശിച്ചു. കുഞ്ഞാട് എവിടെനിന്ന് "ലാക്കുലേ, ലാക്കുലേ" എന്നുവിളിക്കുന്നുവോ ആ സ്ഥലത്തുള്ള തവള "ഗുലുഗുബാംഗൊ ബാംഗൊലെ" എന്നുത്തരം പറയണം.

കുഞ്ഞാടിനോട് തവള ഒരുകാര്യം ഏല്പിച്ചിരുന്നു. ഓടി കുറേദൂരം എത്തിയാൽ "ലാക്കുലേ, ലാക്കുലേ" എന്നുവിളിച്ചു ചോദിക്കണം. പറഞ്ഞതുപോലെ കുഞ്ഞാട് വളരെവേഗം ഓടി. ദൂരെയെത്തിയപ്പോൾ "ലാക്കുലേ, ലാക്കുലേ" ചോദിച്ചു. തവള എന്തായാലും വളരെ പിറകിലായിരിക്കുമെന്നു കുഞ്ഞാടിനറിയാം. എന്നാൽ തൊട്ടടുത്തുനിന്നുതന്നെ മറുപടിവന്നു. ''ഗുലുഗുബാംഗൊ ബാംഗൊലെ" അതിശയം തോന്നിയ കുഞ്ഞാട് കൂടുതൽ വേഗത്തിൽ ഓടി. വീണ്ടും കുഞ്ഞാട് ചോദിച്ചു. "ലാക്കുലേ, ലാക്കുലേ."

ഉടനെതന്നെ ഉത്തരംവന്നു. "ഗുലുഗുബാംഗൊലെ."

കുഞ്ഞാട് പിന്നെയും പിന്നെയും വേഗംകൂട്ടി. പക്ഷേ, അതിന് കിതച്ചിട്ട് വയ്യാതായി. എന്നിട്ടും കുഞ്ഞാട് ഓടി. മത്സരത്തിന്റെ അവസാന സ്ഥാനം എത്താറായപ്പോൾ കണ്ടു കുഞ്ഞാടിനുമുന്നിൽ തവള ആദ്യമായെത്തിയിരിക്കുന്നു. തവളയുടെ സഹോദരനായിരുന്നു അത്. എന്നാൽ കുഞ്ഞാടിന് അതിനെ തിരിച്ചറിയാൻ കഴിഞ്ഞില്ല. ഒന്നും പറയാതെ കുഞ്ഞാട് മൈതാനത്തിലേക്ക് തിരിച്ചുപോന്നു.

അടുത്തദിവസം രാവിലെ തവള കുഞ്ഞാടിനെ കണ്ടു.

കുഞ്ഞാടിനോട് തവള പറഞ്ഞു.

"ജയിക്കാൻ വേണ്ടത്ര വേഗം ഉണ്ടായിരുന്നില്ലെങ്കിലും നീ നല്ല ഓട്ടക്കാരൻ തന്നെയാണ്. നിന്നെപ്പറ്റി ഞാൻ രാജകുമാരിയോട് പറഞ്ഞിട്ടുണ്ട്. ഒരു കുതിരപ്പുറത്തു സഞ്ചരിക്കുന്നതുപോലെ കുഞ്ഞാട് എന്നെയും ചുമന്നുപോകുന്നത് കാണാമെന്നും ഞാൻ രാജകുമാരിയോട് പറഞ്ഞു."

കുഞ്ഞാടിനു ദേഷ്യംവന്നു.

"കടലിലേക്ക് വലിച്ചുകൊണ്ടുപോകാൻ നിനക്കു ശക്തിയുണ്ട്. ഓട്ടത്തിൽ നീ ജയിച്ചു. എന്നാലും നിന്റെ കുതിരയാകാൻ എന്നെ ഒരിക്കലും കിട്ടില്ല."

സമയംനീങ്ങി. സൂര്യൻ തിളക്കത്തോടെ പ്രകാശിച്ചു. സുഗന്ധപൂരിതമായ ഇളംകാറ്റ് വീശി. കുഞ്ഞാട് എല്ലാംമറന്ന് ആഹ്ലാദിച്ചു. തവളയുമായുള്ള എല്ലാ മത്സരവും വാശിയും മറന്നു. പിറ്റേദിവസം തളർന്ന് അവശതയോടെ ഇരിക്കുന്ന തവളയെക്കണ്ടപ്പോൾ കുഞ്ഞാട് ചോദിച്ചു.

"എന്താ തവളേ ഇങ്ങനെയിരിക്കുന്നത്? എന്തെങ്കിലും അസുഖം ബാധിച്ചിട്ടുണ്ടോ? ഞാനെന്തു സഹായമാണ് ചെയ്യേണ്ടത്?"

"നിനക്ക് എന്നെ സഹായിക്കാൻ കഴിയും. പക്ഷേ, നിനക്ക് അതിനുള്ള ശക്തിയുണ്ടോ എന്നെനിക്കറിയില്ലല്ലോ."

കുഞ്ഞാട് ദീർഘമായൊന്നു ശ്വസിച്ചശേഷം പറഞ്ഞു.

"എന്റെ ശക്തി ഞാൻ കാണിച്ചുതരാം. എന്താണ് ഞാൻ ചെയ്യേണ്ടത്?"

"സല്ക്കാരത്തിൽ പങ്കെടുക്കേണ്ടതുണ്ടായിരുന്നു. എനിക്ക് ഒറ്റയ്ക്ക് അവിടെപ്പോകാൻ കഴിയില്ലല്ലോ. ആരെങ്കിലും എന്നെ എടുത്തുകൊണ്ടുപോകണം. അതിനാരാ ഉള്ളത്?"

കുഞ്ഞാട് ആവേശപൂർവ്വം പറഞ്ഞു.

"എന്റെ പുറത്തു ചാടിക്കയറൂ. ഞാൻ കൊണ്ടുപോകാം നിന്നെ."

തവള വളരെ വിഷമിച്ചിട്ടെന്നോണം കുഞ്ഞാടിന്റെ പുറത്തുകയറിയിരുന്നു. കുഞ്ഞാട് നടന്നു. അല്പം നടന്നപ്പോൾ

തവള താഴേക്കുചാടി.

"എനിക്കു വെറുതെ പുറത്തിരിക്കാൻ കഴിയുന്നില്ല. എന്തെങ്കിലും പിടിക്കാനില്ലാതെ എനിക്കു പേടിയാവുന്നു. കുഞ്ഞാടേ എനിക്കു വിറയ്ക്കുന്നു."

തവള വിറയ്ക്കുന്നതായി അഭിനയിച്ചു.

"അതിനിപ്പോ എന്താ തവളേ ചെയ്യുക?"

"ഞാൻ കുറച്ചു പുല്ലുകൊണ്ടുവരാം. നീ അതു കടിച്ചുപിടിച്ചാൽ പുല്ലിന്റെ അറ്റം എനിക്കു പിടിക്കാമല്ലോ."

കുഞ്ഞാട് സമ്മതിച്ചു.

തവള നീളമുള്ള പുല്ലുകൊണ്ടുവന്നു. കുഞ്ഞാട് അതിന്റെ ഒരറ്റം കടിച്ചുപിടിച്ചു. മറ്റേഅറ്റം തവളയും പിടിച്ചു. കുറച്ചുദൂരം കൂടി അങ്ങനെ പോയപ്പോൾ തവള പറഞ്ഞു.

"കുഞ്ഞാടേ കൊതുകിന്റെ ശല്യം വല്ലാതെയാവുന്നു. ഞാനൊരു വടിയെടുത്ത് കൊതുകിനെ അകറ്റട്ടെ."

കുഞ്ഞാട് അതിനും സമ്മതിച്ചു. തവള പറ്റിയ ഒരു വടിയെടുത്ത് കുഞ്ഞാടിന്റെ പിറകിൽ കയറി യാത്രതുടർന്നു. അവർ കൊട്ടാരത്തിനടുത്തെത്തി. കൊട്ടാരത്തിന്റെ ജനാലയിലൂടെ രാജകുമാരി ഈ കാഴ്ച കണ്ടു.

കുതിരപ്പുറത്തു സഞ്ചരിക്കുന്നതുപോലെ വടിയും വീശിക്കൊണ്ടാണ് തവളയുടെ ഇരിപ്പ്. ആ വരവ് കണ്ട് രാജകുമാരി ചിരിച്ചു. കൊട്ടാരത്തിനടുത്തുള്ളവരൊക്കെയും ആ കാഴ്ചകണ്ട് ചിരിച്ചു. അതിനിടയിൽ തവള പറയുന്നുണ്ടായിരുന്നു: "പോ കുതിരേ....മുന്നോട്ട്.....മുന്നോട്ട്...."

അതുകേട്ടപ്പോഴാണ് കുഞ്ഞാടിന് കാര്യങ്ങളൊക്കെ ഓർമ്മവന്നത്. കുഞ്ഞാട് തലയുംതാഴ്ത്തി മൈതാനത്തേക്കുപോയി. കുഞ്ഞാട് പിന്നീടൊരിക്കലും അമിതാഹ്ലാദം പ്രകടിപ്പിച്ചില്ല. സൗമ്യമായി മാത്രം പെരുമാറി. വിനയത്തെക്കുറിച്ചും സൗമ്യതയെയുംകുറിച്ച് പറയുമ്പോൾ 'കുഞ്ഞാടിനെപ്പോലെ' എന്ന ഒരു ശൈലിയും ഉണ്ടായി.

8

കുരങ്ങന്റെ തമാശ

വളരെ പണ്ട് ഒരു തോട്ടമുണ്ടായിരുന്നു. മനോഹരമായ തോട്ടം. ഒരുപാട് തരം പഴങ്ങൾ ലഭിക്കുന്ന തോട്ടമാണത്. ആ തോട്ടത്തിൽ വരുന്ന ജന്തുക്കൾക്ക് ആവശ്യമുള്ള പഴങ്ങൾ തിന്നുവാനുള്ള അനുവാദമുണ്ട്.

ആ തോട്ടത്തിൽനിന്ന് പഴം ലഭിക്കണമെങ്കിൽ ചില നിബന്ധനകളുണ്ട്. ഏതു പഴമാണോ വേണ്ടത് ആ മരത്തിന്റെ അടുത്തുപോയി വിനയപൂർവ്വം നില്ക്കണം. "ദയവായി നിങ്ങളുടെ പഴത്തിന്റെ രുചി അറിയാൻ സമ്മതിക്കണേ" എന്നു പറയണം. മരത്തിന്റെ പേർ തെറ്റായി പറയരുത്. "ദയവായി" എന്നു പറയാൻ വിട്ടുപോകുവാനും പാടില്ല. അത്യാർത്തിയും കാണിച്ചുകൂടാ.

ധാരാളം പഴങ്ങൾ ജന്തുക്കൾക്ക് ലഭിച്ചുകൊണ്ടിരുന്നു. പുതിയ തലമുറ സസ്യങ്ങൾ ഉണ്ടാകുന്നതിനുവേണ്ടി ഒരുപാട് പഴങ്ങൾ മരങ്ങളിൽ അവശേഷിക്കുകയും ചെയ്തു.

അത്തിപ്പഴമാണ് തിന്നാൻ ആഗ്രഹിക്കുന്നതെങ്കിൽ ജീവി അത്തിമരത്തിനടുത്ത് ചെന്ന് തലകുനിച്ചു നിന്നു പറയണം.

"അത്തിമരമേ അത്തിമരമേ...ദയവായി അത്തിപ്പഴത്തിന്റെ രുചി അറിയാൻ സഹായിക്കൂ...."

ഓറഞ്ചാണ് തിന്നേണ്ടതെങ്കിൽ നാരകത്തിന്റെ അടുത്തു ചെല്ലണം.

തോട്ടത്തിലെ ഒരു കോണിൽ വളരെ ഉയരത്തിൽ വളരുന്ന ഒരു മരമുണ്ട്. അതിന്റെ ശിഖരങ്ങൾ ചുവന്നുതുടുത്ത പഴക്കുലകൾ കൊണ്ട് ഉലഞ്ഞുനില്ക്കുന്നു. അതുകണ്ടാൽ വായിൽ വെള്ളമൂറാത്തവരില്ല. എന്നാൽ ഇതുവരെയും ആ മരത്തിന്റെ പഴം ആരും തിന്നിട്ടില്ല. ആ മരത്തിന്റെ പേര് ഒരു ജീവിക്കും അറിയില്ലായിരുന്നു.

തോട്ടത്തിന്റെ അടുത്ത് ഒരു ചെറിയ കുടിലിൽ ഒരു വൃദ്ധ താമസിച്ചിരുന്നു. ആ സ്ത്രീക്ക് തോട്ടത്തിലെ പഴമുള്ള എല്ലാ മരങ്ങളുടെയും പേരറിയാം. സ്ത്രീയുടെ വീട്ടിൽനിന്നും ഏറ്റവും അകലത്തിലാണ് ആ മരം. ജന്തുക്കൾക്ക് സ്ത്രീയോട് ചോദിച്ച് ഓർമ്മയിൽ നില്ക്കുന്നതിനേക്കാൾ ദൂരമുണ്ടത്. എത്രയോ തവണ പല ജീവികളും ചെന്ന് സ്ത്രീയോട് മരത്തിന്റെ പേര് ചോദിച്ചിരുന്നു. എന്നാൽ, മരത്തിന്റെ അടുത്തെത്തുമ്പോഴേക്കും മറന്നുപോവുന്നു.

ഒരിക്കൽ കുരങ്ങൻ ഒരു സൂത്രം പ്രയോഗിച്ചു. കുരങ്ങന് ഗിറ്റാർ വായിക്കാനറിയാം. തോട്ടത്തിൽ ജീവികളെല്ലാം ഒത്തുകൂടുമ്പോൾ നൃത്തം ചെയ്യാൻവേണ്ടി കുരങ്ങൻ ഗിറ്റാർ വായിക്കാറുണ്ട്.

ഗിറ്റാറും കൈയിൽ കരുതിയാണ് കുരങ്ങൻ സ്ത്രീയുടെ വീട്ടിലെത്തിയത്. സ്ത്രീയോട് മരത്തിന്റെ പേര് ചോദിച്ചു. വിഷമം പിടിച്ചതും നീളംകൂടിയതുമായ ആ പേരിന് സ്വന്തമായി ഈണം നല്കി പാടാൻ ആരംഭിച്ചു. ആ പേര് പാട്ടാക്കിക്കൊണ്ട് അവർ പാടി മരച്ചുവട്ടിലെത്തി. അതിനിടയിൽ പാട്ടിനെക്കുറിച്ച് പലരും ചോദിച്ചു. കുരങ്ങൻ ഒരക്ഷരം മറുപടി പറഞ്ഞില്ല.

അന്നേവരെ കണ്ടതിനേക്കാൾ അതിമനോഹരമായിരിക്കുന്നു മരം. സൂര്യവെളിച്ചത്തിൽ തുടുത്തപഴങ്ങൾ വെട്ടിത്തിളങ്ങി. കുരങ്ങൻ വിഷമം പിടിച്ച ആ പേര് വിനയത്തോടെ പറഞ്ഞു. പഴം കിട്ടി. എന്തുമനോഹരമായ നിറം. എത്ര ആകർഷകമായ മണം. ഇങ്ങനെയൊരു മണം ജീവിതത്തിൽ കുരങ്ങൻ അറിഞ്ഞിട്ടില്ല.

ആദ്യത്തെ കടി വലുതായിത്തന്നെ കടിച്ചു. കുരങ്ങന്റെ മുഖം ചുളിഞ്ഞുപോയി. ചീത്തരുചി. ആവുന്നത്ര ദൂരത്തിൽ അവൻ പഴം എറിഞ്ഞുകളഞ്ഞു.

കുരങ്ങന് പാട്ടിന്റെ ഈണവും മരത്തിന്റെ പേരും മറന്നുപോയില്ല. കുരങ്ങന് ഒരു കുസൃതി തോന്നി. അവന്റെ കൂട്ടർക്ക് പഴത്തിന്റെ ആവശ്യം വരുമ്പോൾ അവൻ ആ പഴമാണ് കൊണ്ടുവരിക. അതു രുചിച്ച് മുഖം കോട്ടുന്നതു കാണാൻ കുരങ്ങന് വളരെ രസമാണ്.

9

നരിയുടെ ചതി

നരിക്ക് ഒരു യാത്ര പോകേണ്ടതുണ്ടായിരുന്നു. ഒരുമിച്ചു പോകാൻ നരി ആടിനെ ക്ഷണിച്ചു. ആട് ക്ഷണംസ്വീകരിച്ച് കൃത്യസമയത്തുതന്നെ നരിയുടെ വീട്ടിലെത്തി.

രണ്ടുപേരുംകൂടി നരിയുടെ സുഹൃത്തിന്റെ വീട്ടിലേക്ക് യാത്ര ആരംഭിച്ചു. നടന്നു നടന്ന് അവർ ഒരു ചതുപ്പ് പ്രദേശത്തെത്തി. കടക്കാൻ വളരെ പ്രയാസമുള്ളതാണെന്ന് ഒറ്റ നോട്ടത്തിൽ ത്തന്നെ അറിയാം. അപകടകരമായ ചതുപ്പ് പ്രദേശമാണത്.

നരിക്ക് അതു കടക്കുവാൻ പേടിയുണ്ട്. എങ്കിലും പേടി പുറത്തുകാണിക്കാതെ ധൈര്യമുണ്ടെന്ന് നരി അഭിനയിച്ചു. നരി ആടിനോട് ചോദിച്ചു.

"ചങ്ങാതീ ഈ ചതുപ്പുനിലം കടക്കുന്നതിനെക്കുറിച്ച് ആലോചിച്ചാണോ നിന്റെ മുഖം വിളറിയിരിക്കുന്നത്? പേടിക്കേണ്ട, മുന്നോട്ടു നടന്നോളൂ."

ആട് നരിയെ വിശ്വസിച്ചു. ധീരനെപ്പോലെ ആട് നെഞ്ച് മുന്നോട്ടാഞ്ഞ് ഒറ്റക്കുതിപ്പ്. ചെളിയിൽ പൂണ്ടുപോയ ആട് മുന്നോട്ട് നടക്കാൻ വളരെ പ്രയാസപ്പെട്ടു. നരി കരയിലൂടെ ചുറ്റി നടന്നു. ആട് ഒരുവിധം ജീവനുംകൊണ്ട് ചതുപ്പുനിലം കടന്നു കയറി.

ആടും നരിയും വീണ്ടും ഒരുമിച്ചെത്തി. അവർ നേന്ത്രവാഴ

ത്തോട്ടത്തിലെത്തിച്ചേർന്നു. നരി ആടിനോട് ചോദിച്ചു.

"ചങ്ങാതീ....ആടേ...നിനക്കു വിശക്കുന്നില്ലേ? ഇവിടുന്ന് നമുക്ക് കുറച്ച് നേന്ത്രപ്പഴം തിന്നിട്ടുപോകാം. നീ വാഴയിൽ കയറി കായ് പറിച്ചെടുക്ക്. പഴുത്തതൊക്കെ എനിക്കുതാ. നീ പച്ച തിന്നോളൂ."

ആട് വാഴയിൽ കയറി. നേന്ത്രപ്പഴങ്ങൾ പറിച്ചെടുത്തു. പഴുത്തതൊക്കെയും നരിക്കു കൊടുത്തു. ആടിനു വിശപ്പുതോന്നി. പച്ചക്കായ് അവിടെയില്ല. ആട് ഭക്ഷണം കിട്ടാതെ വിഷമിച്ചു.

നരി യാത്രതുടരാൻ ഒരുങ്ങി. ആട് ഒപ്പംചെന്നു. കുറച്ചുദൂരം ചെന്നു. വഴിയിൽ ഒരു മൂർഖൻ പാമ്പ് കിടക്കുന്നു. നരി ആടിനോട് പറഞ്ഞു.

"ചങ്ങാതീ...ആടേ നല്ലൊരവസരമാണ് കൈവന്നിരിക്കുന്നത്. വെറുതെ ഒരു ഭംഗിയുള്ള മാല കിട്ടുന്നു. നിന്റെ മകൾക്കു സമ്മാനിക്കാം. അതാ എടുത്തോളൂ. അത് നിനക്കുള്ളതാണ്."

ആട് മൂർഖൻ പാമ്പിനെ എടുക്കാനാഞ്ഞപ്പോൾ നരി പറഞ്ഞു.

"മരിക്കണമെന്നില്ലെങ്കിൽ അതിനെ വെറുതെ വിട്ടേക്ക്."

ആട് പാമ്പിനെ എടുത്തില്ല. രണ്ടുപേരും പിന്നെയും നടന്നു. അവർ നരിയുടെ ചങ്ങാതിയുടെ വീട്ടിലെത്തി. അവിടെ എത്തുമ്പോൾ ഇരുട്ടിയിരുന്നു. ആടും നരിയും വേഗം ഉറങ്ങാൻ കിടന്നു. തൂക്കു കട്ടിലിലാണ് അവർ ഉറങ്ങിയത്.

അർദ്ധരാത്രിയായി. നരി കട്ടിലിൽനിന്നും ഇറങ്ങി. ആതിഥേയന്റെ ആടുകളുള്ള ആലയിലേക്കാണ് നരി പോയത്. അവിടെ തടിച്ചുകൊഴുത്ത ഒരു ആട്ടിൻകുട്ടിയെ കണ്ടു. അതിനെ കൊന്നുതിന്ന് ഉറങ്ങുന്ന സ്ഥലത്തേക്കു മടങ്ങി.

ആട് നല്ല ഉറക്കമാണ്. നരിയുടെ മുഖത്തൊക്കെയുണ്ടായിരുന്ന രക്തം ആടിന്റെ മുഖത്ത് തേച്ചുകൊടുത്തു. ഒന്നുമറിയാത്തപോലെ സ്വന്തം സ്ഥലത്തു കിടന്നുറങ്ങി.

രാവിലെ ആതിഥേയൻ നോക്കുമ്പോൾ ഒരു ആട്ടിൻകുട്ടിയെ കാണുന്നില്ല. നരിയായിരിക്കും കൊന്നതെന്ന് ആതിഥേയൻ ഉറപ്പിച്ചു. നരിയോട് ചോദിച്ചപ്പോൾ ഒന്നുമറിയാത്ത ഭാവത്തിൽ നരി പറഞ്ഞു.

"നോക്ക്....എന്റെ മുഖത്തുപോലും ചോര പറ്റിപ്പിടിച്ചിട്ടില്ല."

നരിയുടെ മുഖത്തോ ശരീരത്തിലോ രക്തത്തിന്റെ കറ പോലുമുണ്ടായിരുന്നില്ല. ആതിഥേയൻ അടുത്തകട്ടിലിൽ നോക്കി. ആടിന്റെ ശരീരത്തിൽ നിറയെ രക്തം പുരണ്ടിരുന്നു. ആടാണ് കുഞ്ഞാടിന്റെ ഘാതകനെന്ന് ആതിഥേയൻ തീരുമാനിച്ചു. ആതിഥേയൻ ഉടനെ ആടിനെ അടിക്കാൻ തുടങ്ങി. കാര്യമറിയാത്ത ആട് വേദനയോടെ ഓടിപ്പോയി.

കുറച്ചുദിവസങ്ങൾ കഴിഞ്ഞു. നരി കുരങ്ങനെയാണ് ഇത്തവണ യാത്രയ്ക്ക് ക്ഷണിച്ചത്. കുരങ്ങൻ ക്ഷണം സ്വീകരിച്ചു. രണ്ടുപേരും യാത്ര പുറപ്പെട്ടു. അവർ ചതുപ്പുനിലത്തിനടുത്തെത്തി.

"കുരങ്ങാ ചങ്ങാതി....നിന്റെ മുഖമെന്താ വിളറിയിരിക്കുന്നത്? ചതുപ്പുനിലം കടക്കുന്നതിനെക്കുറിച്ച് ആലോചിച്ചിട്ടാണോ? പേടിക്കേണ്ട മുന്നോട്ടു നടന്നോളൂ."

കുരങ്ങൻ സമ്മതിച്ചില്ല.

"നരി ആദ്യം നടക്ക്. പിന്നാലെ ഞാനുംവരാം."

കുരങ്ങൻ നിർബ്ബന്ധിച്ചു. നരിക്ക് ഒഴിഞ്ഞുമാറാൻ പറ്റാതായി. നരി നടന്നതും ചെളിയിൽ പൂണ്ടുപോയി. ഒരുവിധം അത് കരയ്ക്കു കയറി. കുരങ്ങൻ നരിയുടെ പിറകെ പോയില്ല. കരയിലൂടെ ചുറ്റിനടന്ന് അക്കരെയെത്തി.

രണ്ടുപേരും ഒരുമിച്ചായപ്പോൾ യാത്ര തുടർന്നു. അവർ ഒരു നേന്ത്രവാഴത്തോട്ടത്തിലെത്തി. നരി കുരങ്ങനോട് പറഞ്ഞു.

"കുരങ്ങാ നിനക്കു വിശക്കുന്നില്ലേ? നമുക്കിവിടെ കുറച്ചു സമയം നില്ക്കാം. നീ വാഴമേൽ കയറി കായ് പറിച്ചോളൂ. പഴുത്തതെല്ലാം എനിക്കുതാ. പച്ച നീ തിന്നോ."

കുരങ്ങൻ പഴുത്തതൊക്കെ പറിച്ചുതിന്നു. പച്ചക്കായ നരിക്കു എറിഞ്ഞുകൊടുത്തു. കുരങ്ങന് വയറുനിറഞ്ഞു. നരിക്ക് വിശപ്പു സഹിക്കാൻ കഴിയാതാവുകയാണ്. എങ്കിലും യാത്ര തുടരാതെ പറ്റില്ല.

വഴിയിൽ ഒരു മൂർഖൻ കിടക്കുന്നത് അവർ കണ്ടു. അതു ചൂണ്ടിക്കാണിച്ചു നരി കുരങ്ങനോട് പറഞ്ഞു.

"ഏയ് ചങ്ങാതീ.... കണ്ടോ...അതെടുത്തോളൂ. നിന്റെ മകൾക്ക്

കഴുത്തിലണിയാനുള്ള നല്ല മാലയാക്കാം. വിലയൊന്നും കൊടുക്കുകയും വേണ്ട. നിനക്കുള്ളതാണത്."

"നീ തന്നെ എടുത്തോളൂ."

കുരങ്ങൻ മറുപടി കൊടുത്തു.

കുരങ്ങനും നരിയും അവന്റെ ചങ്ങാതിയുടെ വീട്ടിൽ എത്തുമ്പോൾ വളരെ വൈകിയിരുന്നു. ഊഞ്ഞാൽക്കട്ടിലുകളിലാണ് അവർ ഉറങ്ങാൻ കിടന്നത്. കുരങ്ങൻ ആദ്യമേ തീരുമാനിച്ചിരുന്നു ഒരു കണ്ണ് നരിയുടെമേൽ ഉണ്ടാവണമെന്ന്.

അർദ്ധരാത്രിയായി. നരി എഴുന്നേറ്റ് പുറത്തുപോകുന്നത് കുരങ്ങൻ കണ്ടു. കുരങ്ങൻ ശ്രദ്ധയോടെ കാത്തിരുന്നു. എങ്ങനെയാണ് തിരിച്ചു വരുന്നത് എന്നറിയണം.

നരി പോയത് ആടുകളെ കെട്ടിയിട്ട സ്ഥലത്തേക്കാണ്. അവിടെയുള്ളതിൽ വച്ച് ഏറ്റവും തടിച്ച ആട്ടിൻകുട്ടിയെ നരി കൊന്നുതിന്നു. ആഹാരം സുഭിക്ഷമായതിലുള്ള സന്തോഷത്തോടെ നരി കുരങ്ങന്റെ അടുത്തുവന്നു. ചോര കുരങ്ങന്റെ മേലാക്കാനാണ് നരിയുടെ ഉദ്ദേശ്യം. കുരങ്ങൻ അതു മനസ്സിലാക്കി നരിയെ ഒറ്റത്തള്ള്. നരി കിടന്ന കട്ടിലിനടുത്തുപോയി വീണു. കട്ടിലിന്മേലും നരിയുടെ ശരീരത്തിലും ചോര പുരണ്ടു. കുരങ്ങന്റെ മേൽ ഒരുതുള്ളിപോലും ആയിട്ടില്ല.

രാവിലെ ആതിഥേയൻ ആടുകളുടെ അടുത്തുചെന്നു. കൂട്ടത്തിൽ ഒരാട്ടിൻകുട്ടിയുടെ കുറവുണ്ട്. അതിഥികൾ ഉറങ്ങുന്നിടത്തു വന്നുനോക്കി. നരിയുടെ ശരീരത്തിൽ നിറയെ രക്തക്കറ.

ആതിഥേയൻ ഉറക്കെ അലറി.

"എന്റെ ആടിനെ കൊന്നുതിന്നുന്നത് ആരാണെന്ന് ഒടുവിൽ ഞാൻ കണ്ടെത്തി."

ആതിഥേയന്റെ അടി ഭയങ്കരമായിരുന്നു. ജീവനുംകൊണ്ട് നരി ഓടി രക്ഷപ്പെട്ടു.

10

സൂത്രക്കാരൻ കുരങ്ങൻ

കുരങ്ങന് നരിയെ ദേഷ്യം പിടിപ്പിക്കുന്നത് രസമാണ്. പാട്ടു പാടിയാണ് കുരങ്ങൻ തമാശ കളിക്കുക. നരി ഏതെങ്കിലും മര ച്ചുവട്ടിൽ വിശ്രമിക്കുമ്പോൾ കുരങ്ങൻ മരത്തിനു മുകളിൽ കയ റിയിരിക്കും. എന്നിട്ട് ഗിറ്റാറിൽ ഒരു പാട്ടുപാടും.

ടാംഗൊ ടിടാർ ടാംഗൊ ടിടാർ
നരിയുടെ എല്ലെൻ ഗിറ്റാറിൽ
ടീ ഹീ.....ടീ ഹീ....

അതു കേൾക്കുമ്പോൾ നരിക്ക് അരിശം കയറും.

"ങ്ഹാ...നിന്നെ ഞാൻ പിടിക്കുന്നതുവരെ കാത്തുനില്ക്ക്. പിന്നെ ഞാനൊന്നോ രണ്ടോ സൂത്രം കാണിച്ചുതരാം- എല്ലു കൊണ്ടുള്ള സൂത്രം."

കുരങ്ങൻ ഒരു മരത്തിൽനിന്നും വേറൊരു മരത്തിലേക്കു ചാടിപ്പോവും. ഇലകളുടെ മറവിൽ നരി കാണാതെയിരുന്ന് വീണ്ടും പഴയ പാട്ടുപാടും.

ടാംഗൊ ടിടാർ ടാംഗൊ ടിടാർ
നരിയുടെ എല്ലെൻ ഗിറ്റാർ
ടീ ഹീ....ടീ ഹീ....

അപ്പോഴേക്കും നരി കുരങ്ങന്റെ അടുത്തെത്തിയിട്ടുണ്ടാവും.

നരി കുരങ്ങന്റെ കാൽ കൈക്കലൊക്കും. അപ്പോൾ കുരങ്ങൻ ചിരിച്ചുകൊണ്ട് പറയും.

"ഓഹോഹോ.....ഹോ.....നരി.....നീയെന്റെ കാലു പിടിച്ചു എന്നാണ് വിചാരിക്കുന്നുണ്ടാവുക......അതു കാലല്ല....വെറും വടിയാണ്. ഓഹോഹോ....."

നിരാശനായ നരി കുരങ്ങന്റെ കാൽ വിട്ടുപോരും.

കുരങ്ങൻ നരിയുടെ കൈയെത്താത്ത വിധത്തിലുള്ള ആഴമുള്ള കുഴിയിലോ മാളത്തിലോ പോയിരുന്ന് പഴയ പാട്ട് ആവർത്തിക്കും.

ടാംഗൊ ടിടാർ ടാംഗൊ ടിടാർ
നരിയുടെ എല്ലെൻ ഗിറ്റാർ
ടീഹീ....ടീഹീ...

"നരീ... നരീ... വളരെ നന്ദിയുണ്ട് എന്റെ കാല് വിട്ടുതന്നതിന്.... വടിയൊന്നുമായിരുന്നില്ല. എന്റെ സ്വന്തം കാലു തന്നെയായിരുന്നു."

നരിക്ക് അരിശം മൂത്തുവന്നു. മാളത്തിൽനിന്നും കുരങ്ങൻ പുറത്തുവരുന്നതും കാത്തിരുന്നു നരി. കുരങ്ങൻ പുറത്തിറങ്ങിയില്ല. മറ്റൊരു വഴിയേ പോയി മരത്തിൽ കയറി. നരിയെ തമാശയാക്കുന്ന പാട്ട് വീണ്ടുംപാടി.

ടാംഗൊ ടിടാർ ടാംഗൊ ടിടാർ
നരിയുടെ എല്ലെൻ ഗിറ്റാറിൽ
ടീഹീ....ടീഹീ.....

കഠിനമായ വരൾച്ചയുള്ള സമയമായിരുന്നു അത്. മൃഗങ്ങൾക്കെല്ലാം വെള്ളംകിട്ടുന്ന ഒരു ജലാശയമേ അവിടെയുണ്ടായിരുന്നുള്ളൂ. കുരങ്ങൻ ദാഹിക്കുമ്പോൾ എന്തായാലും അവിടെ വരേണ്ടിവരും എന്ന് നരിക്കറിയാം. അപ്പോൾ പിടികൂടി അവനെ കൊല്ലണമെന്ന് നരി തീരുമാനിച്ചു.

നരി വിചാരിച്ചതുപോലെതന്നെ കുരങ്ങൻ വെള്ളത്തിനു വരുന്നുണ്ട്. നരി കാത്തിരിക്കുകയാണെന്ന് കുരങ്ങന് മനസ്സിലായി. കാറ്റിന്റെ വേഗത്തിൽ കുരങ്ങൻ ഓടി. കുരങ്ങന് നരിയെ പേടിയായിരുന്നു. ദൂരെയെത്തിയിട്ട് കുരങ്ങൻ നോക്കി. നരി അവിടെത്തന്നെ കാവലിരിക്കുകയാണ്.

ദാഹം സഹിക്കാൻ കഴിയുന്നില്ല. കുറച്ചു വെള്ളം കിട്ടിയില്ലെങ്കിൽ ചത്തുപോകുമെന്ന് കുരങ്ങന് തോന്നി. നരിയാണെങ്കിൽ ഒരുമിനിറ്റുപോലും മാറിപ്പോകുന്നില്ല. അവസാനം കുരങ്ങന് ഒരു സൂത്രം തോന്നി.

വഴിവക്കിൽ ചത്തതുപോലെ കുരങ്ങൻ കിടന്നു. ആ വഴിയേ ഒരു വൃദ്ധ ഒരു പാത്രത്തിൽ തേനുമായി വരികയായിരുന്നു. തേൻപാത്രം കുട്ടയിലാക്കി തലയിൽവച്ചാണ് വരുന്നത്. കുരങ്ങനെ കണ്ട് അവർ സൂക്ഷിച്ചുനോക്കി. ചത്തതാണെന്നു കരുതി അതിനെ തൂക്കിയെടുത്ത് കുട്ടയിലിട്ടു. പാത്രത്തിലുള്ളത് തേനാണെന്ന് കണ്ട് കുരങ്ങൻ സന്തോഷിച്ചു.

പാത്രത്തിന്റെ മൂടി തുറന്ന് കുരങ്ങൻ പാത്രത്തിൽ ഇറങ്ങി. ശരീരം മുഴുവൻ തേൻ പുരട്ടിയതുപോലെയായി. ഒരു മരത്തിനടുത്തെത്തിയപ്പോൾ മരത്തിലേക്ക് ചാടി.

വൃദ്ധ ഇതൊന്നുമറിഞ്ഞില്ല. അവർ വീട്ടിലെത്തി നോക്കുമ്പോഴാണ് കുരങ്ങൻ പോയത് കാണുന്നത്. തേനാണെങ്കിൽ പകുതിയേ ഉള്ളൂ. കുരങ്ങൻ മരത്തിൽനിന്നും ഇലകൾ പറിച്ച് തേനിൽ ഒട്ടിച്ചുനിർത്തി. ഇപ്പോൾ കുരങ്ങനെ കണ്ടാൽ ആരും തിരിച്ചറിയില്ല. അവന്റെ അമ്മയ്ക്കുപോലും മനസ്സിലാവില്ല.

പുതിയ വേഷത്തിൽ കുരങ്ങൻ വെള്ളം കുടിക്കാൻ ചെന്നു. നരിക്ക് ആ വന്ന ജീവിയെ തിരിച്ചറിയാൻ കഴിഞ്ഞില്ല. നരി കുരങ്ങനെയും കാത്തിരുന്നു. കുരങ്ങൻ ആവശ്യത്തിന് വെള്ളവും കുടിച്ചു പോയി. നരി അതേ ഇരിപ്പിലായിപ്പോയി.

11

കുരങ്ങനെ തേടുന്ന കടുവ

പണ്ട് ഒരു കുരങ്ങനുണ്ടായിരുന്നു. അതിന് ഒരിക്കൽ വല്ലാതെ വിശന്നു. എന്തെങ്കിലും സാധനംവാങ്ങി ആഹാരമുണ്ടാക്കുവാൻ കൈയിൽ പണവുമില്ല.

കുരങ്ങൻ കോഴിയുടെ അടുത്തുചെന്നു. കുറച്ചു ഭക്ഷണം കടം ചോദിച്ചു. കോഴി അവന് ആഹാരം കൊടുത്തു.

"നാളെ ഉച്ചയ്ക്ക് ഒരുമണിക്ക് എന്റെ വീട്ടിൽ വരണേ കോഴീ..... ഇന്നത്തെ ആഹാരത്തിനു പകരമായി ഞാൻ നിനക്ക് ആഹാരം തരാം."

അതിനുശേഷം കുരങ്ങൻ കുറുക്കന്റെ അടുത്തുചെന്നു. കുറച്ച് ആഹാരം ചോദിച്ചു. കുറുക്കൻ ആഹാരം കൊടുത്തു. കുരങ്ങൻ കുറുക്കനോട് പറഞ്ഞു.

"കുറുക്കാ നാളെ ഉച്ചയ്ക്ക് രണ്ടു മണിക്ക് നീ എന്റെ വീട്ടിൽ വരണേ..... ഇന്നത്തെ ആഹാരത്തിനു പകരം ഞാൻ അപ്പോൾ തന്നേക്കാം."

അതിനുശേഷം കുരങ്ങൻ നായയുടെ അടുത്തേക്കാണ് പോയത്. നായയോടും ആഹാരം ചോദിച്ചുവാങ്ങി. ആഹാരം കഴിഞ്ഞ് നായയോട് പറഞ്ഞു.

"ചങ്ങാതീ നീ നാളെ ഉച്ചയ്ക്ക് മൂന്നുമണിക്ക് എന്റെ വീട്ടിൽ

വരണേ.... ഇതിനു പ്രതിഫലം ഞാൻ നാളെ തന്നുകൊള്ളാം."

കടുവയുടെ വീട്ടിലേക്കാണ് കുരങ്ങൻ പിന്നീട് പോയത്. കടുവയോടും കുരങ്ങൻ ആഹാരം വാങ്ങിക്കഴിച്ചു. കടുവയോട് നാലുമണിക്ക് വീട്ടിൽച്ചെല്ലാനാണ് കുരങ്ങൻ പറഞ്ഞത്.

വീട്ടിലെത്തിയ കുരങ്ങൻ ഒരു വലിയ പാത്രം നിറയെ കഞ്ഞി യുണ്ടാക്കി. മതിയാവോളം കഞ്ഞികുടിച്ചു. അടുത്തദിവസം രാവി ലെയും കുരങ്ങൻ വയറുനിറയെ കഞ്ഞികുടിച്ചു. പിന്നെയുമുണ്ട് ധാരാളം കഞ്ഞി ബാക്കി. ഉച്ചയായപ്പോൾ ഒരു തോർത്ത് തല യിൽക്കെട്ടി സുഖമില്ലാത്തതുപോലെ കുരങ്ങൻ കിടന്നു.

ഒരു മണിയായി. കോഴി വന്നു. വാതിലിൽ മുട്ടി. കുരങ്ങൻ ചെറിയ ശബ്ദത്തിൽ അസുഖമാണെന്ന് അറിയിച്ചു. കോഴിക്ക് കുരങ്ങനോട് സഹതാപം തോന്നി.

രണ്ടുമണിക്ക് കുറുക്കൻ വന്ന് വാതിലിൽ മുട്ടി. കോഴിക്ക് പേടിയായി.

"പേടിക്കേണ്ടാ. നീയിവിടെയെങ്ങാൻ ഒളിച്ചോ."

കുരങ്ങൻ സമാധാനിപ്പിച്ചു. കോഴി കുരങ്ങന്റെ കട്ടിലിനടി യിൽ ഒളിച്ചു.

"കുറുക്കാ വാ.... ഞാൻ സുഖമില്ലാതെ കിടക്കുകയാ."

കുരങ്ങനെ കണ്ട കുറുക്കന് സഹതാപം തോന്നി.

മൂന്നു മണിയായി. വാതിലിൽ മുട്ടുകേട്ടു. കുറുക്കന് പരി ഭ്രാന്തിയായി. കുരങ്ങൻ കുറുക്കനെ ആശ്വസിപ്പിച്ചു.

"പേടിക്കേണ്ട. കട്ടിലിനടിയിൽ ഒളിച്ചോളൂ."

കുറുക്കൻ കട്ടിലിനടിയിൽ ഒളിച്ചു. അവശനായതുപോലെ കുരങ്ങൻ പറഞ്ഞു.

"എനിക്കു തീരെ സുഖമില്ല. ഞാൻ കിടക്കുകയാണ്. നായ് ഇങ്ങകത്തുകയറൂ."

നായ അകത്തു കയറി. കുരങ്ങന്റെ കിടപ്പുകണ്ട് നായക്കു സങ്കടമായി.

നാലുമണിക്കു കടുവ വന്നു. നായക്കു ഭയമായി. പേടിക്കേണ്ട കട്ടിലിനടിയിൽ ഒളിച്ചുകൊള്ളാൻ കുരങ്ങൻ പറ ഞ്ഞു. നായ കട്ടിലിനടിയിൽ ഒളിച്ചു. കുരങ്ങൻ കടുവയെ അക

ത്തേക്കു വിളിച്ചു. കുരങ്ങന് അസുഖമാണെന്ന് പറഞ്ഞത് കടുവയിൽ യാതൊരു ഭാവഭേദവുമുണ്ടാക്കിയില്ല.

കഴിഞ്ഞ ദിവസം ഏറ്റതുപോലെ പകരം നല്കണമെന്ന് ഭീകരമായ ശബ്ദത്തിൽ അലറിപ്പറഞ്ഞു. കടുവ കട്ടിലിലേക്ക് ചാടി. കുരങ്ങൻ ഓടി രക്ഷപ്പെട്ടു. കട്ടിൽ പൊളിഞ്ഞുപോയി. കുറുക്കൻ കോഴിയെ തിന്നു. നായ കുറുക്കനെ തിന്നു. കടുവ നായയെ തിന്നു. കുരങ്ങനെയും തേടി നടക്കുകയാണ് കടുവ ഇപ്പോഴും.

12

കുരങ്ങനും മെഴുകുകുട്ടിയും

ലോകം ഉണ്ടായിട്ട് അധികമായില്ല. അക്കാലത്ത് ഒരുതരത്തിലുള്ള നേന്ത്രപ്പഴമേ ഉണ്ടായിരുന്നുള്ളൂ. കുരങ്ങന്മാർ പലതരത്തിലുമുള്ളതുണ്ട്.

അന്നൊരു വൃദ്ധയ്ക്ക് വലിയ നേന്ത്രവാഴത്തോട്ടമുണ്ടായിരുന്നു. അതിലെ നേന്ത്രക്കുലകൾ ഒറ്റയ്ക്കു ശേഖരിക്കാൻ വൃദ്ധ തന്നെ ബുദ്ധിമുട്ടി. നേന്ത്രക്കുലകൾ ശേഖരിക്കാൻ വൃദ്ധ ഏറ്റവും വലിയ കുരങ്ങനുമായി കരാറുണ്ടാക്കി. കുരങ്ങൻ ഏറ്റു. കുരങ്ങൻ നേന്ത്രക്കുലകളെല്ലാം ശേഖരിച്ച് വൃദ്ധയുടെ മുന്നിലെത്തിക്കണം. പകുതി കുലകൾ കുരങ്ങന് കൊടുക്കും. അതായിരുന്നു വ്യവസ്ഥ.

കുരങ്ങൻ നേന്ത്രക്കുലകളെല്ലാം ശേഖരിച്ചു. പകുതിയാണ് വൃദ്ധയ്ക്കു കൊടുക്കേണ്ടത്. ഏറ്റവും ചെറുതുനോക്കി വൃദ്ധയ്ക്ക് കൊടുത്തു. തടിച്ചതൊക്കെ കുരങ്ങൻ സ്വന്തം വീട്ടിലേക്കു കൊണ്ടുപോയി. വൃദ്ധയ്ക്ക് കോപം സഹിക്കാനായില്ല. എങ്ങനെ പകരം വീട്ടുമെന്ന് ആലോചിച്ചിട്ട് വൃദ്ധയ്ക്ക് ഉറങ്ങാൻപോലും കഴിഞ്ഞില്ല. അവസാനം ഒരുപായം തോന്നി.

വൃദ്ധ മെഴുകുകൊണ്ട് കറുത്ത ഒരു കുട്ടിയുടെ രൂപമുണ്ടാക്കിച്ചു. ആ രൂപത്തിനു മുന്നിൽ വലിയ ഒരു കുട്ടയിൽ ഏറ്റവും നല്ല പഴങ്ങളും ഇട്ടു. കണ്ടാലാരും കൊതിച്ചുപോകും.

കുറച്ചുസമയം കഴിഞ്ഞു. ഏറ്റവും വലിയ കുരങ്ങൻ ആ വഴി വന്നു. മെഴുകുകൊണ്ടുള്ള കുട്ടിയെക്കണ്ട് കുരങ്ങൻ വിചാരിച്ചു അതു നേന്ത്രപ്പഴം വില്ക്കുന്ന കുട്ടിയാണെന്ന്.

സാധാരണ പഴം വില്ക്കുന്ന കുട്ടികളെ കണ്ടാൽ കുരങ്ങൻ കുട്ടയും തട്ടിയിട്ട് ഒറ്റപ്പോക്കാണ്. പോകുന്ന പോക്കിൽ നിലത്തുനിന്ന് കിട്ടുന്ന പഴങ്ങളും എടുക്കും. ആ ദിവസം കുരങ്ങൻ വികൃതിയൊന്നും കാട്ടിയില്ല.

കുരങ്ങൻ കുട്ടിയോട് ചോദിച്ചു.

“ഒരു നേന്ത്രപ്പഴം തരുമോ?”

മെഴുകുകൊണ്ടുള്ള കുട്ടിയിൽനിന്നും ഒരക്ഷരം പുറത്തു വന്നില്ല. കുരങ്ങൻ രണ്ടാമതും ചോദിച്ചു. ശബ്ദം കൂട്ടിയാണ് ചോദിച്ചത്.

“ഏയ് കുട്ടീ. എനിക്കൊരു നേന്ത്രപ്പഴം തന്നില്ലെങ്കിൽ ഞാനൊരു തള്ള് വച്ചുതരും. അത് നിനക്കാകെ വിഷമമാകും. ”

മെഴുകുകുട്ടി അപ്പോഴും നിശ്ശബ്ദമായിരുന്നു.

കുരങ്ങൻ മെഴുകുകുട്ടിയുടെ നേരെ ആഞ്ഞൊരിടി. അതിന്റെ കൈ മെഴുകിൽ പൂണ്ടുപോയി.

“ഏയ് കുട്ടീ....എന്റെ കൈവിട്....എനിക്കു പോകണം. എന്റെ കൈ വിട്ട് ഒരു നേന്ത്രപ്പഴവും താ....ഇല്ലെങ്കിൽ മറ്റേ കൈകൊണ്ട് ഞാൻ നിന്നെ ശക്തിയിൽ ഇടിക്കും.”

മെഴുകു കുട്ടിക്ക് അപ്പോഴും അനക്കമില്ല. കുരങ്ങന് ദേഷ്യം പിടിച്ചു. അതു മറ്റേ കൈകൊണ്ട് മെഴുകു കുട്ടിയെ ഇടിച്ചു. ആ കൈയും മെഴുകിൽ പൂണ്ടുപോയി.

“ഏയ് കുട്ടീ.....എന്റെ കൈകൾ വിട്. എന്നെ പോകുവാൻ സമ്മതിക്ക്. എനിക്കൊരു നേന്ത്രപ്പഴവും താ. ഇല്ലെങ്കിൽ ഞാൻ കാലുകൊണ്ട് തൊഴിക്കും നിന്നെ.”

മെഴുകുകുട്ടി ഒന്നും ചെയ്തില്ല. കുരങ്ങൻ ഒരുകാലുകൊണ്ട് തൊഴിച്ചു. കുരങ്ങന്റെ കാൽ മെഴുകിൽ പൂണ്ടുപോയി.

കുരങ്ങൻ അലറിപ്പറഞ്ഞു.

“ഏയ് കുട്ടീ..... എന്റെ കൈയും കാലും വിട്...... എന്നെ പോകാൻ വിട്... എനിക്കൊരു നേന്ത്രപ്പഴവും താ.... ഇല്ലെങ്കിൽ മറ്റേക്കാലുകൊണ്ട് ഞാൻ നിന്നെ തൊഴിക്കും.”

മെഴുകുകുട്ടിക്ക് അപ്പോഴും യാതൊരു ഭാവഭേദവും ഇല്ലെന്നു കണ്ട് കുരങ്ങന് ദേഷ്യം വർദ്ധിച്ചു. മറ്റേക്കാലുകൊണ്ട് കുരങ്ങൻ മെഴുകു കുട്ടിയെ തൊഴിച്ചു. ആ കാലും മെഴുകിൽ പൂണ്ടുപോയി.

കുരങ്ങൻ കൂടുതൽ ശക്തിയിൽ അലറിപ്പറഞ്ഞു.

“ഏയ് കുട്ടീ....എന്റെ കൈയും കാലും വിട്.....എനിക്കൊരു നേന്ത്രപ്പഴവും താ. ഇല്ലെങ്കിൽ ശരീരംകൊണ്ട് നിന്നെ ഞാൻ തള്ളിയിടും.” മെഴുകുകുട്ടി അപ്പോഴും മുമ്പത്തെപ്പോലെതന്നെ.

കലികയറിയ കുരങ്ങൻ ശരീരംകൊണ്ട് മെഴുകു കുട്ടിയെ തള്ളി. ശരീരം മെഴുകിൽ പറ്റിപ്പിടിച്ചുനിന്നു. ഗത്യന്തരമില്ലാതെ കുരങ്ങൻ അമ്പരന്നു.

“ഏയ് കുട്ടീ.... എന്നെ വിട്..... എന്റെ കൈയും കാലും ശരീരവും വിട്.... എനിക്ക് പോകണം..... എന്നെ വിട്ടില്ലെങ്കിൽ എല്ലാ കുരങ്ങന്മാരെയും ഞാൻ സഹായത്തിനുവിളിക്കും.”

മെഴുകുകുട്ടി എന്തുചെയ്യാനാണ്. ....കുരങ്ങൻ പ്രത്യേകമായ ശബ്ദമുണ്ടാക്കി. നിമിഷങ്ങൾക്കകം ചെറുതും വലുതും ഇടത്തരവും വലുപ്പവുമുള്ള ഒരുകൂട്ടം കുരങ്ങന്മാർ എത്തിച്ചേർന്നു.

കൂട്ടത്തിലുള്ള ഏറ്റവും ചെറിയ കുരങ്ങനാണ് ഒരു സൂത്രം പറഞ്ഞത്. എല്ലാ കുരങ്ങന്മാരും ഏറ്റവും വലിയ ഒരു മരത്തിൽ കയറണം. ഒന്നിനുമീതെ ഒന്നായി കുരങ്ങന്മാർ നില്ക്കണം. ഏറ്റവും ഉറക്കെ സംസാരിക്കാൻ കഴിയുന്ന കുരങ്ങൻ ഏറ്റവും മുകളിലാണ് വേണ്ടത്. അവൻ സൂര്യനെ ഉറക്കെ വിളിച്ച് സഹായം അഭ്യർത്ഥിക്കുക.

തീരുമാനംപോലെതന്നെ കുരങ്ങന്മാർ ചെയ്തു. സൂര്യനോട് അപേക്ഷിക്കേണ്ടയാൾ ഏറ്റവും മുകളിലായിരുന്നു. അയാൾ സൂര്യനോട് അപേക്ഷിച്ചു. സൂര്യൻ വേഗം ഇറങ്ങിവന്നു.

സൂര്യൻ ശക്തമായ ചൂടുരശ്മികൾ മെഴുകിലേക്കു വീഴ്ത്തി. കുറച്ചു സമയംകൊണ്ട് മെഴുക് ഉരുകാൻ തുടങ്ങി. കുരങ്ങന് കൈകൾ വലിച്ചെടുക്കാൻ കഴിഞ്ഞു. വീണ്ടും ചൂടു രശ്മികൾ ഏറ്റപ്പോൾ കാലുകളും വലിച്ചെടുക്കാൻ സാധിച്ചു.

വൃദ്ധ ഇതൊക്കെ കാണുന്നുണ്ടായിരുന്നു. നേന്ത്രപ്പഴവും ആ കൃഷിയും ഒഴിവാക്കി അവർ മറ്റൊരു സ്ഥലത്തേക്കുപോയി. അവിടെ അവർ കാബേജാണ് കൃഷി ചെയ്തത്. കുരങ്ങന്മാർക്കായി ബാക്കി നേന്ത്രക്കൃഷി മുഴുവനും.

13

ഗിറ്റാർ വായിക്കുന്ന കുരങ്ങൻ

പണ്ട് പണ്ട് മനുഷ്യർ കായ്കനികളാണ് ഭക്ഷിച്ചിരുന്നത്. കാലം കഴിഞ്ഞപ്പോൾ കായ്കനികളുടെ ലഭ്യത കുറഞ്ഞുവന്നു. മാംസം ആഹാരമാക്കാൻ മനുഷ്യൻ നിർബ്ബന്ധിതരായി. കൊല്ലാനും തിന്നാനും പറ്റിയ ജന്തുക്കളെ പിടിച്ചു തൊലിയുരിച്ച് തീയിൽ വേവിച്ചു. ചില ജന്തുക്കളുടെ ഇറച്ചി രുചി കൂടുതലുള്ളതാണെന്ന് മനുഷ്യർ തിരിച്ചറിഞ്ഞു.

കാളയിറച്ചി വളരെ നല്ലതാണ്. അതുപോലെതന്നെയാണ് ആടും പന്നിയും. ഒരുദിവസം ഒരു മനുഷ്യൻ വിചാരിച്ചു കുരങ്ങനെ തിന്നണമെന്ന്.

കുരങ്ങൻ ഗിറ്റാർ വായിക്കുകയായിരുന്നു.

ലീലീ....ലീലീ......ലീ.....ലേ

ലീലെ....ലീറെ.....ലീറേ

ആ മനുഷ്യൻ കുരങ്ങിന്റെ അടുത്തുവന്നു പറഞ്ഞു.

"ഇങ്ങോട്ടു വരൂ കുഞ്ഞിക്കുരങ്ങാ. നിന്റെ പാട്ടുകേട്ട് ഞാൻ ആസ്വദിക്കട്ടെ."

ആ മനുഷ്യൻ കുരങ്ങന്റെ അടുത്തേക്ക് അടുത്തേക്ക് നീങ്ങിക്കൊണ്ടിരുന്നു. ഒരു കൈയകലത്തിൽ എത്തിയതും കുരങ്ങനെ പിടിച്ചു. പെട്ടെന്നുതന്നെ കുരങ്ങൻ പിടിയിൽനിന്നും ഊരി മരത്തിൽ കയറി.

അതിനുശേഷം കുരങ്ങൻ ഗിറ്റാർ വായിക്കുന്നത് കേൾക്കുമ്പോഴെല്ലാം മനുഷ്യൻ കുരങ്ങന്റെ അടുത്തുവരികയും പിടിക്കാൻ ശ്രമിക്കുകയും ചെയ്യാറുണ്ട്. കുരങ്ങന് മനുഷ്യനെ പേടിയായിത്തുടങ്ങി. ഗിറ്റാർ വായിക്കുന്നത് കുരങ്ങൻ ഒഴിവാക്കുകയും ചെയ്തു.

വളരെക്കാലം കുരങ്ങൻ ഗിറ്റാർ വായിച്ചില്ല. ഒരുദിവസം കുരങ്ങന് സംഗീതത്തോട് വല്ലാത്ത കമ്പംതോന്നി. ഒരുവലിയ കുഴിയിൽവച്ച് കുരങ്ങൻ ഗിറ്റാർ വായിച്ചു. മനുഷ്യൻ അതു കേൾക്കുമെന്ന് കുരങ്ങൻ വിചാരിച്ചതേയില്ല. മനുഷ്യന്റെ ചെവിക്ക് അതൊക്കെ കേൾക്കാനുള്ള കഴിവുണ്ട്. കുരങ്ങൻ ഗിറ്റാർ വായിച്ച് കുഴിയിൽനിന്നും പുറത്തുവരുമ്പോൾ മുന്നിൽ നില്ക്കുന്നു മനുഷ്യൻ. കുരങ്ങൻ പിന്നോട്ടേക്ക് നീങ്ങി കുഴിയിലിറങ്ങി. അയാൾക്ക് കുരങ്ങനെ പിടിക്കാൻ കഴിഞ്ഞില്ല. കുരങ്ങൻ കുഴിയിൽ വളരെ നേരമിരുന്നു. പുറത്തു മനുഷ്യനും. അയാൾ പോകുന്നതും കാത്തു കാത്ത് കുരങ്ങൻ തളർന്നു.

മനുഷ്യനും വിശക്കുകയും ദാഹിക്കുകയും ചെയ്യുന്നുണ്ട്. അയാൾ വെള്ളം കുടിക്കാൻവേണ്ടി പോയി. എന്നാൽ, കുരങ്ങനെ നോക്കുന്നതിന് അയാൾ മകനെ കാവൽ നിർത്തിയിരുന്നു.

അയാൾ അകലെ എത്തിയെന്നു മനസ്സിലായപ്പോൾ കുരങ്ങൻ കുട്ടിയെ വിളിച്ചു.

"ഏയ് കുട്ടീ.... നിനക്ക് കുരങ്ങന്റെ നൃത്തം കാണണ്ടേ?"

"ഉം.... എനിക്കിഷ്ടാണ്."

"ഈ കുഴിയുടെ വാതില്ക്കലേക്ക് കണ്ണു ചേർത്തുവയ്ക്ക്. കുരങ്ങന്റെ നൃത്തം കാണിച്ചുതരാം."

ചെറിയ വായ്വട്ടമുള്ള കുഴിയുടെ അടുത്ത് കുട്ടി കണ്ണു ചേർത്തു വച്ചു. കുരങ്ങൻ കുഴിയിൽനിന്നും മണ്ണ് വാരിയെറിഞ്ഞു. കുട്ടി കണ്ണു തിരുമ്മിനിന്ന സമയത്ത് കുരങ്ങൻ കുഴിയിൽനിന്നും പുറത്തുകടന്ന് ഒരു മരത്തിലേക്ക് കയറി രക്ഷപ്പെട്ടു.

അയാൾ തിരിച്ചുവന്നു. കുരങ്ങൻ രക്ഷപ്പെട്ട വിവരം പറയാൻ കുട്ടിക്ക് ധൈര്യമുണ്ടായില്ല. അയാൾ കാത്തിരുന്നു. വീണ്ടും

വീണ്ടും കാത്തു. അവസാനം തളർന്ന അയാൾ അവിടുന്ന് പോയി.

കുരങ്ങനെ എങ്ങനെയെങ്കിലും പിടിക്കുവാൻ അയാൾ തക്കം പാർത്തിരുന്നു. ഒടുവിൽ ഒരുദിവസം അയാൾക്ക് കുരങ്ങനെ കിട്ടി. അയാൾ അതിനെ ഒരു പെട്ടിയിൽ അടച്ചു കുട്ടികൾക്കു ഭക്ഷണമാക്കാൻ വീട്ടിലേക്കു കൊണ്ടുപോയി.

കുരങ്ങനെ വേവിക്കാൻ വേണ്ടി വലിയ ഒരു പാത്രത്തിൽ വെള്ളമെടുത്തു അടുപ്പത്തുവച്ചു. കുറച്ചുകൂടി വിറകിനുവേണ്ടി അയാൾ പുറത്തേക്കു പോയി. കുരങ്ങനും ഗിറ്റാറും എല്ലാം പെട്ടിക്കകത്താണുള്ളത്. പെട്ടിക്കകത്തിരുന്നു കുരങ്ങൻ ഗിറ്റാർ വായിച്ചു.

ലീലീ ലീലീ ലീലെ
ലീലേ ലീലേ ലീറെ

പാട്ടുകേട്ട് കുട്ടികൾ പെട്ടിക്കടുത്തേക്കു വന്നു.

"കുട്ടികളേ.... നിങ്ങൾക്ക് കുരങ്ങന്റെ നൃത്തം കാണണ്ടേ."

കുരങ്ങൻ ചോദിച്ചു.

"കാണണം..... കാണണം."

കുട്ടികൾ ഒരുമിച്ചു പറഞ്ഞു.

"ഈ പെട്ടി വളരെ ചെറുതാണ്. ഡാൻസ് ചെയ്യാനുള്ള സ്ഥലമില്ല. കൂടുതുറന്നാൽ ഞാൻ ഗംഭീരമായി നൃത്തംചെയ്യാം."

കുട്ടികൾ കൂടു തുറന്നു കൊടുത്തു. കുരങ്ങൻ ഗിറ്റാർ വായിക്കാൻ തുടങ്ങി.

ലീലീ ലീലീ ലീലേ
ലീലീ ലീറെ ലീറെ

കുരങ്ങൻ മുറിയിൽ നിറയെ നൃത്തംചെയ്തു നടന്നു. കുറച്ചുകഴിഞ്ഞപ്പോൾ കുരങ്ങൻ പറഞ്ഞു.

"അല്ല കുട്ടികളേ, അടുപ്പത്തുവച്ച പാത്രത്തിൽ നിങ്ങൾ ഒന്നുമിട്ടിട്ടില്ല. എന്തെങ്കിലും ഇടണ്ടേ. അല്ലാതെ വെറുതെ വെള്ളം തിളപ്പിച്ചിട്ടെന്താ?"

കുരങ്ങൻ ചിരട്ടയും കുറച്ചു ചുള്ളിക്കമ്പുകളും പാത്രത്തിലിട്ടു.

"ഇവിടെ ഭയങ്കര ചൂടാണല്ലോ. ഇവിടെനിന്ന് ഇനി നൃത്തം ചെയ്യുക വിഷമമാണ്."

കുട്ടികൾക്ക് കുരങ്ങന്റെ നൃത്തം ഇഷ്ടമായി. ഇനിയും കളിക്കണമെന്ന് അവർ നിർബ്ബന്ധിച്ചു.

"നിങ്ങൾ വാതിൽ അല്പം തുറന്നാൽ കുറച്ചു കാറ്റ് കിട്ടുമായിരുന്നു. അങ്ങനെയാണെങ്കിൽ ഞാൻ നൃത്തംചെയ്യാം."

കുരങ്ങൻ പറഞ്ഞു.

കുട്ടികൾ വാതിൽ തുറന്നു. കുരങ്ങൻ നൃത്തം ചെയ്തുകൊണ്ട് വാതിലിനടുത്തേക്കു നീങ്ങി. പിന്നെ ഒറ്റക്കുതിപ്പിന് അടുത്തുള്ള മരത്തിൽ കയറി. അതിനുശേഷം കുരങ്ങൻ ദൂരെ സ്ഥലത്തേക്ക് പോയി. അങ്ങോട്ടുവന്നതേയില്ല. ആ കുരങ്ങനെ അവിടെങ്ങും ആരും കണ്ടിട്ടുമില്ല.

അയാൾ വിറകുമായി തിരിച്ചുവന്നു. കുരങ്ങൻ രക്ഷപ്പെട്ട വിവരം കുട്ടികൾ പറഞ്ഞില്ല. അവർക്ക് അതിനുള്ള ധൈര്യം ഉണ്ടായിരുന്നില്ല. പാത്രത്തിലുള്ളത് കുരങ്ങനാണെന്നാണ് അയാൾ വിചാരിച്ചത്. അയാൾ അടുപ്പിൽ തീ നന്നായി കത്തിച്ചു. വെള്ളം തിളയ്ക്കുന്ന ഒച്ച കേൾക്കുന്നുണ്ട്.

കുറെസമയം തിളച്ചപ്പോൾ ആഹാരം കഴിക്കാൻ അയാൾ കുട്ടികളെ വിളിച്ചു. ആദ്യംതന്നെ രുചി നോക്കാൻ അയാൾ തീരുമാനിച്ചു. കട്ടിയുള്ള ഒരു കമ്പ് അയാളെടുത്തു.

"ഇത് കുരങ്ങന്റെ കാലല്ല. ഇതൊരു കൊള്ളിക്കഷണമാ....."

അയാളുടെ മുഖം ചുളിഞ്ഞു. പിന്നീടയാൾക്ക് കിട്ടിയത് ഒരു ചിരട്ടയാണ്.

"ഇത് കുരങ്ങന്റെ തലയല്ല."

കുരങ്ങന്റെ ഒരംശവും പാത്രത്തിൽ അയാൾ കണ്ടില്ല. പിന്നീടൊരിക്കലും കുരങ്ങന്റെ ഇറച്ചി തിന്നണമെന്ന ആഗ്രഹം അയാൾക്കുണ്ടായിരുന്നില്ല.

14

കുരങ്ങന് ഇപ്പോഴും വാലുള്ളത്

പണ്ട് കുരങ്ങനും മുയലുംകൂടി ഒരു കരാറുണ്ടാക്കി. കുരങ്ങൻ എല്ലാ പൂമ്പാറ്റകളെയും കൊല്ലണം. മുയൽ എല്ലാ പാമ്പുകളെയും കൊല്ലണം. അതായിരുന്നു കരാർ.

ഒരുദിവസം മുയൽ ഒന്നു മയങ്ങാൻ കിടന്നതായിരുന്നു. കുരങ്ങൻ അതുവഴി വന്നു. കുരങ്ങന് ഒരു കുസൃതി തോന്നി. മെല്ലെ മുയലിന്റെ ചെവി പിടിച്ചു വലിച്ചു. അത് പൂമ്പാറ്റകളുടെ പണിയായിരിക്കുമെന്നാണ് മുയൽ വിചാരിച്ചത്. മുയൽ ദേഷ്യത്തോടെ എഴുന്നേറ്റു. കുരങ്ങനെ കണ്ട മുയലിന് പകരം വീട്ടണമെന്നു തോന്നി.

മുയലും പന്നിയും അടുത്ത കൂട്ടുകാരാണ്. പന്നിക്ക് നല്ല ശക്തിയുണ്ട്. അതുകൊണ്ട് മുയൽ പന്നിയെ സഹായത്തിനു വിളിച്ചു. പന്നി സമ്മതിക്കുകയും ചെയ്തു.

ഒരുദിവസം കുരങ്ങൻ ഉറങ്ങുന്നത് മുയൽ കാണാനിടയായി. കുറെസമയം കാത്തിരുന്നു. മുയൽ പന്നിയെ വിളിച്ചുവരുത്തി. കുരങ്ങന്റെ വാലിൽ ഒരു വലിയ കല്ല് എടുത്തുവച്ചു. കുരങ്ങൻ വാല് വലിച്ചു. കല്ലു വലുതായതുകൊണ്ട് ശക്തിയിൽ വലിച്ചപ്പോൾ വാല് മുറിഞ്ഞു. അന്നത്തെക്കാലത്ത് പൂച്ചയ്ക്ക് വാലില്ലായിരുന്നു. പൂച്ച വാലുംകൊണ്ട് സ്ഥലംവിട്ടു. കുരങ്ങൻ മുയലിനോട് ദേഷ്യപ്പെട്ടു.

"ഒരു പാമ്പ് അവിടെ കിടക്കുകയാണെന്നാ ഞങ്ങൾ വിചാരിച്ചത്. എന്റെ ചെവി പിടിച്ചു വലിച്ചപ്പോൾ പൂമ്പാറ്റയാണെന്നല്ലേ വിചാരം ഉണ്ടായത്?"

ആ പറഞ്ഞതൊന്നും കുരങ്ങന്റെ ദേഷ്യം കുറച്ചില്ല. വാലില്ലാതെ എങ്ങനെയാണ് കുരങ്ങൻ ജീവിക്കുക....എങ്ങനെയെങ്കിലും വാലുംകൊണ്ടു പോയ പൂച്ചയെ കണ്ടെത്തണം.

തേടിത്തേടി ഒരുദിവസം പൂച്ചയെ കണ്ടു. കുരങ്ങൻ പൂച്ചയോട് പറഞ്ഞു.

"പൂച്ചേ നീ ദയാലുവല്ലേ...... എന്റെ വാൽ നീ തിരികെ തരണേ..."

"എനിക്കു കുറച്ചു പാൽ തരുമെങ്കിൽ ഞാൻ വാൽ തിരിച്ചുതരാം."

"എനിക്ക് എവിടുന്നാ പാൽ കിട്ടുക?"

കുരങ്ങൻ ചോദിച്ചു.

"പശുവിനോട് ചെന്നു ചോദിക്ക്."

പൂച്ച മറുപടി പറഞ്ഞു.

കുരങ്ങൻ പശുവിന്റെ അടുത്തുചെന്നു.

"പശുവേ പശുവേ......എനിക്കു കുറച്ചു പാൽ തരാൻ ദയവുണ്ടാകണം. പാൽ കിട്ടിയാൽ ഞാനതു പൂച്ചയ്ക്കു കൊടുക്കും. പൂച്ച എനിക്കു എന്റെ വാൽ തിരികെത്തരും. "

"നീയെനിക്ക് കുറച്ച് പുല്ല് തന്നാൽ ഞാൻ നിനക്ക് പാൽ തരാം."

"എനിക്കെവിടുന്നാ പുല്ല് കിട്ടുക?"

"അതിന് കർഷകനോട് ചോദിക്കണം."

പശു പറഞ്ഞതുപോലെ കുരങ്ങൻ കൃഷിക്കാരന്റെ അടുത്തുചെന്നു.

"കൃഷിക്കാരാ കൃഷിക്കാരാ....നിങ്ങൾ എനിക്ക് കുറച്ചു പുല്ലു തരുമോ? പുല്ല് തന്നാൽ ഞാനത് പശുവിന് കൊടുക്കും. പശു പാലുതരും. പാൽ ഞാൻ പൂച്ചയ്ക്കു കൊടുക്കും. പൂച്ച എനിക്ക് എന്റെ വാൽ തിരിച്ചു തരും."

"നീയെനിക്ക് കുറച്ച് മഴ തന്നാൽ ഞാൻ നിനക്ക് പുല്ല് തരാം."

കൃഷിക്കാരൻ പറഞ്ഞു.

"മഴ എവിടുന്നാ കിട്ടുക?"

"പോയി മേഘങ്ങളോട് പറ."

കുരങ്ങൻ കൃഷിക്കാരന്റെ വാക്കുകേട്ട് മേഘത്തിന്റെ അടുത്തു ചെന്നു.

"മേഘമേ..... മേഘമേ....ദയയുള്ള മേഘമേ....കുറച്ചു മഴ താഴേക്കുതരാൻ ദയയുണ്ടാകുമോ? മഴ കിട്ടിയാൽ കൃഷിക്കാരൻ എനിക്കു പുല്ലു തരും. പുല്ലു കൊടുത്താൽ പശു പാൽതരും. പാൽ കൊടുത്താൽ പൂച്ച എനിക്ക് എന്റെ വാൽ തിരിച്ചു തരും."

മേഘം ചിരിച്ചുകൊണ്ട് പറഞ്ഞു.

"മഴയൊക്കെ തരാം. അതിനു കുറച്ചു നീരാവി തരണം."

"എവിടുന്നാണ് എനിക്ക് നീരാവി കിട്ടുക?"

"അതിനു പുഴയോട് പറഞ്ഞാൽ മതി."

കുരങ്ങൻ വേഗം പുഴക്കരയിലെത്തി. പുഴയോട് ചോദിച്ചു.

"പുഴേ പുഴേ....എനിക്കു കുറച്ചു നീരാവി തരുമോ? നീരാവി കിട്ടിയാൽ മേഘം മഴ തരും. മഴ കൊടുത്താൽ കൃഷിക്കാരൻ പുല്ലു തരും. പുല്ലുകൊടുത്താൽ പശു പാൽ തരും. പാൽ കൊടുത്താൽ പൂച്ച എന്റെ വാൽ തിരിച്ചുതരും."

"ഓ അതിനെന്താ വിഷമം? നീരാവി തരാമല്ലോ. അതിനെനിക്ക് നീരുറവയെ തരണം."

"എനിക്കെവിടെന്നാ നീരുറവ കിട്ടുക?"

"മലമ്പ്രദേശത്തു ചെന്ന് പാറയിടുക്കിലൊക്കെ തെരഞ്ഞാൽ കിട്ടാതിരിക്കില്ല."

കുരങ്ങൻ കുത്തനെയുള്ള മലയിൽ കയറി പാറക്കൂട്ടങ്ങളുടെ ഇടയിലൊക്കെ തെരഞ്ഞു. അവസാനം ഒരു പാറയുടെ അടിയിലൂടെ നീരുറവ വരുന്നതുകണ്ടു. അതുമായി പുഴയിലേക്കു ചെന്നു. പുഴ നീരാവിയെ കൊടുത്തു. നീരാവി മേഘത്തിലെത്തിയപ്പോൾ മഴകിട്ടി. കൃഷിക്കാരൻ പുല്ലു കൊടുത്തു. പുല്ലുമായി കുരങ്ങൻ പശുവിന്റെ അടുത്തു ചെന്നു. പശു പാൽ കൊടുത്തു. പാലുമായി പൂച്ചയുടെ അടുത്തെത്തി. പൂച്ച കുരങ്ങന് വാൽ തിരിച്ചുകൊടുത്തു. കുരങ്ങന് വാൽ കിട്ടിയപ്പോൾ വളരെ സന്തോഷമായി.

അതിനുശേഷം കുരങ്ങൻ വാൽ വളരെ ശ്രദ്ധിച്ചുവന്നു. ഇപ്പോഴും കുരങ്ങന് വാലുള്ളത് അതുകൊണ്ടാണ്.

15

കറുപ്പ് വെളുപ്പായത്

പണ്ട് പണ്ട് ഒരു വൃദ്ധയുണ്ടായിരുന്നു. അവരും അവരുടെ കറുത്ത മകനും ഒരുമിച്ചായിരുന്നു താമസിച്ചിരുന്നത്. മുമ്പ് അവരുടെകൂടെ മൂന്നു പെൺമക്കളുമുണ്ടായിരുന്നു. അത്യധികം സുന്ദരികളായിരുന്നു അവർ. രാജ്യത്തുതന്നെ അവരെ എല്ലാവരും ഇഷ്ടപ്പെട്ടിരുന്നു.

അതിസുന്ദരികളായ മൂന്നുപേരോടും അസൂയ തോന്നിയ ഒരു യക്ഷി അവിടെ അടുത്തുതന്നെയാണ് താമസിച്ചിരുന്നത്. യക്ഷിയുടെ മായാജാലംകൊണ്ട് അവർ മൂന്നുപേരെയും പിടിച്ചു ചാക്കിലാക്കി കെട്ടി. ആ ചാക്കിനൊരു പ്രത്യേകതയുണ്ട്. തീക്കുമുകളിൽ കാണിച്ചു കത്തിച്ചാൽ മാത്രമേ ചാക്കു തുറക്കുകയുള്ളൂ. തീയുണ്ടാക്കാൻ മായാജാല മരവും വേണം. അമ്മയും കറുത്ത ചെറിയകുട്ടിയും മായാജാല മരത്തിനുവേണ്ടി തേടി നടക്കാത്ത ഇടമില്ല. ഒരിടത്തുനിന്നും ലഭിച്ചില്ലെന്നു മാത്രം.

മാന്ത്രികച്ചാക്കിൽ മക്കൾ കുടുങ്ങിപ്പോകുന്നത് എത്ര ഭീകരമായ അനുഭവമാണ്. അമ്മ മുന്നോട്ട് വളഞ്ഞ് ക്ഷീണിച്ച് അവശയായി. അപ്പോഴും അവർ മാന്ത്രികമരം തേടിക്കൊണ്ടിരിക്കുകയായിരുന്നു. കറുത്ത മകൻ സന്തോഷത്തിൽ തന്നെയായിരുന്നു. മാന്ത്രികമരം കണ്ടെത്തുമെന്ന ശുഭപ്രതീക്ഷയിലായിരുന്നു അവൻ.

ഒരുദിവസം വൃദ്ധ വെള്ളത്തിന്റെ പാത്രവും തലയിലേറ്റി അരുവിയിലേക്ക് പോവുകയായിരുന്നു. വെള്ളം നിറച്ചപ്പോൾ ഭാരക്കൂടുതൽകൊണ്ട് അവർക്ക് തലയിലേക്ക് പാത്രമുയർത്താൻ കഴിഞ്ഞില്ല. കറുത്ത കുട്ടി സഹായിച്ചിട്ടും പാത്രം പൊങ്ങുന്നില്ല.

കുതിരപ്പുറത്ത് മൂന്നുപേർ പോകുന്നതു കണ്ട് വൃദ്ധ മകനെ പറഞ്ഞയച്ചു സഹായത്തിന്. അവർക്ക് കുതിരയെ നിർത്തുവാൻ കഴിയില്ലെന്നു പറഞ്ഞു. അവർ യക്ഷിയുടെ മാന്ത്രികക്കൊട്ടാരത്തിലേക്ക് പോവുകയായിരുന്നു എന്ന് വൃദ്ധയ്ക്കറിയില്ല. അവർക്കു ദേഷ്യംവന്നു.

മാന്ത്രികക്കൊട്ടാരത്തിനടുത്തെത്തിയപ്പോൾ യക്ഷി മൂന്നുപേർക്കും കിടക്കാനുള്ള കട്ടിൽ കാണിച്ചുകൊടുത്തു. ഓരോ കട്ടിലിനും ഓരോ മെഴുകുതിരികൊണ്ടുള്ള അടയാളം ഉണ്ടായിരുന്നു. മെഴുകുതിരി കെടുത്തരുതെന്ന് പറഞ്ഞ് യക്ഷി പോയി.

അവർ മെഴുകുതിരി ഊതിക്കെടുത്തി. മെഴുകുതിരി കെട്ടപ്പോൾ യക്ഷിയുടെ ശക്തിയില്ലാതായി. അവർ മാന്ത്രികക്കൊട്ടാരത്തിൽനിന്നും രക്ഷപ്പെട്ടു. യക്ഷി പിന്നീട് വന്നുനോക്കുമ്പോൾ കട്ടിലുകൾ കാലിയായിരുന്നു.

മൂന്നുപേരും കുതിരപ്പുറത്ത് വന്നവഴിയേ തിരിച്ച് യാത്ര തുടങ്ങി. അവർ ഒരു കട കണ്ടപ്പോൾ നിർത്തി. ഒരാൾ മായാചാരം വാങ്ങി. രണ്ടാമത്തെയാൾ മായാലവണമാണ് വാങ്ങിയത്. മൂന്നാമത്തെയാൾ മായാസൂചികളും. അവർ വീണ്ടും യാത്ര തുടർന്നു. എത്തിച്ചേർന്നത് വൃദ്ധയുടെയും കറുത്തകുട്ടിയുടെയും വീടിനു മുന്നിലാണ്. വൃദ്ധയ്ക്ക് അവരെ കണ്ടപ്പോൾത്തന്നെ ദേഷ്യമായി. അവർക്ക് പാത്രം ഉയർത്താൻ സഹായിക്കാത്തതിന്റെ ദേഷ്യമാണ്. മൂന്നുപേരും പക്ഷേ, ആ സംഭവം മറന്നുപോയി.

വൃദ്ധ കല്ലുകളെടുത്ത് എറിയാൻ തുടങ്ങി. ഏറു സഹിക്കാതെ വന്നപ്പോൾ കൈയിലുള്ള ചാരം അയാൾ വലിച്ചെറിഞ്ഞു.

അപ്പോൾ എല്ലായിടവും ഇരുട്ടായി. എന്നിട്ടും വൃദ്ധ കല്ലുകളുമായി വന്നു. മറ്റേയാൾ ഉപ്പെറിഞ്ഞു. ഉടനെ അവിടെ ഉപ്പുവെള്ളമുള്ള കടൽ രൂപപ്പെട്ടു. അപ്പോഴും വൃദ്ധ കല്ലുകളുമായി

മുന്നോട്ടുതന്നെ വന്നു. മൂന്നാമത്തെയാൾ സൂചി വലിച്ചെറിഞ്ഞു. അതുപോയി വീണസ്ഥലത്ത് കൊമ്പുകളുള്ള കുറ്റിച്ചെടികൾ ഉയർന്നുവന്നു.

അപ്പോഴും വൃദ്ധ കോപത്തിലായിരുന്നു. അതുകൊണ്ട് പെട്ടെന്നുയർന്നു വന്നത് മാന്ത്രികമരമാണെന്ന് ആലോചിക്കാൻ പോലും തോന്നിയില്ല. കറുത്തകുട്ടി കൈകൾ വേദനിച്ചിട്ടും ചെടിയിൽനിന്നും കൊമ്പുകൾ ശേഖരിച്ചു. അമ്മയും ഒപ്പംകൂടി. അവർ തെരുവിൽ വിറക് കൂട്ടിയിട്ടു. ആഘോഷത്തിനെന്നപോലെ തീ കത്തിക്കുകയും ചെയ്തു.

യക്ഷി കെട്ടിയിട്ട ചാക്കുകളെടുക്കാൻ അമ്മ ഓടി.

അവർ മാന്ത്രികച്ചാക്കുകൾ കൊണ്ടുവന്നു. അമ്മയും മകനും കൂടി ചാക്കുകൾ തീക്കൂനയ്ക്കു മുകളിൽ എടുത്തുവച്ചു. തീ കത്തിപ്പടർന്ന് വരുന്നേയുള്ളൂ. തീ കൂടിയപ്പോഴേക്കും ഇടിനാദം പോലെ ഒരു ശബ്ദം കേട്ടു. മൂന്നു സുന്ദരികളായ മക്കളും തീക്കു മുകളിലൂടെ ഇറങ്ങിവന്നു. മാന്ത്രികച്ചാക്കുകളിൽ അവർ സുരക്ഷിതമായിരുന്നു.

പെൺമക്കളും അമ്മയും കറുത്ത മകൻ ചെയ്ത നല്ലകാര്യത്തിന് അവനോട് നന്ദി പറഞ്ഞു. അപ്പോഴേക്കും കറുത്ത മകന്റെ നിറംമാറി. അവൻ വെളുത്തതായി.

കുതിരപ്പുറത്തു വന്ന മൂന്നുപേരും മൂന്നു സുന്ദരികളെയും വിവാഹം ചെയ്തു. വെളുത്തകുട്ടി അവരുടെയെല്ലാം നേതാവായിത്തീർന്നു.

16

പ്രാവിന്റെ ഇണക്കം

ഒരു വൃദ്ധൻ ഉണ്ടായിരുന്നു. അയാൾക്ക് മൂന്നു മക്കളുണ്ടായിരുന്നു. അച്ഛന് പ്രായമായി. മക്കൾ ജീവിക്കാൻവേണ്ടി സ്വന്തം രീതിയിൽ ജോലിക്കുപോകേണ്ട പ്രായമാണ്. അച്ഛനെ വേർപിരിഞ്ഞ് ദൂരേക്ക് പോകണം. ആ സമയം അവർക്ക് മൂവർക്കും അച്ഛൻ ഓരോ വത്തക്ക കൊടുത്തു. അടുത്തെവിടെയെങ്കിലും വെള്ളമുള്ള സ്ഥലത്തുവച്ചേ അത് മുറിക്കാവൂ എന്ന് പ്രത്യേകം നിഷ്കർഷിച്ചിരുന്നു.

അച്ഛന്റെ വീട്ടിൽനിന്നും മൂന്നുപേരും യാത്ര പുറപ്പെട്ടു. ഓരോരുത്തരും ഓരോ വഴിയാണ് തെരഞ്ഞെടുത്തത്. വീട്ടിൽനിന്നും കാണാത്ത ദൂരത്തെത്തി മൂത്തമകൻ. അയാൾ വത്തക്ക മുറിച്ചു. ഒരു സുന്ദരി അതിൽനിന്നും പുറത്തുവന്നു. അവൾ ഉടനെ പറഞ്ഞു.

"എനിക്ക് വെള്ളമോ പാലോ തരൂ...."

അയാൾ വെള്ളംകിട്ടുമോ എന്നു തിരക്കി. അടുത്തൊന്നും വെള്ളം കിട്ടില്ല എന്നയാൾ അറിഞ്ഞു. പാൽ കിട്ടാനും മാർഗ്ഗമില്ല. അയാൾ നിസ്സഹായനായി നിന്നു. സുന്ദരി മരിച്ചുവീണു.

രണ്ടാമത്തെ മകൻ ഒരു കുന്നിൻമുകളിലേക്കാണു പോയത്. വലിയ വത്തക്കായുടെ ഭാരം കാരണം അതു കൊണ്ടുപോവുക

വലിയ വിഷമമായിരുന്നു. അയാൾ തളർന്നിരുന്നു. ദാഹം കല ശലാണുതാനും. അടുത്തൊന്നും വെള്ളമില്ല എന്ന് എല്ലാ വർക്കുമറിയാം. ദാഹിച്ചു തളർന്നിരിക്കയാണ്. വത്തക്ക മുറി ക്കുന്നതു തന്നെയാണ് നല്ലത് എന്നയാൾ വിചാരിച്ചു.

അയാൾ വത്തക്ക മുറിച്ചു. അയാളെ അത്ഭുതപ്പെടുത്തി ക്കൊണ്ട് അതീവ സുന്ദരിയായ ഒരു യുവതി വത്തക്കയിൽനിന്നും പുറത്തുവന്നു.

"എനിക്ക് വെള്ളമോ പാലോ തരൂ."

യുവതി ആവശ്യപ്പെട്ടു. എന്നാൽ അതുരണ്ടും കൊണ്ടുകൊ ടുക്കുന്നതിന് അയാൾക്കു കഴിഞ്ഞില്ല. ആ നിമിഷംതന്നെ യുവതി മരിച്ചു വീണു.

കുത്തനെയുള്ള ഒരു മലയിലേക്കുള്ള വഴിയിലൂടെതന്നെ യാണ് മൂന്നാമത്തെ മകനും പോയത്. അയാളും തളർന്നിരിക്കു ന്നു. ദാഹം വല്ലാതെ വർദ്ധിച്ചു. വത്തക്ക മുറിച്ചാലോ എന്നു വിചാരിച്ചുകൊണ്ടേയിരുന്നു. പക്ഷേ, അടുത്ത് വെള്ളമുണ്ടെ ങ്കിലേ അത് മുറിക്കാവൂ എന്ന അച്ഛന്റെ ഉപദേശം മറന്നിട്ടില്ല. അവിടെയെങ്കിലും ഒരു നീരുറവ കാണുന്നതുവരെ നടക്കാൻ തീരുമാനിച്ചു.

കുന്നിന്റെ മുകളിൽ വെള്ളം കിട്ടാനിടയില്ല. കുന്നിറങ്ങിയാൽ ഒരു നഗരമുണ്ട്. നഗരത്തിനു നടുവിൽ ഒരു ജലാശയമുണ്ട്. അയാൾ നേരെ ജലാശയം ലക്ഷ്യമാക്കി നടന്നു. ദാഹം തീരു വോളം വെള്ളം കുടിച്ചു. അതിനുശേഷം വത്തക്ക മുറിച്ചു. അതിൽനിന്നും ഒരു സുന്ദരി പുറത്തുവന്നു.

"എനിക്ക് വെള്ളമോ പാലോ തരൂ....."

അയാൾ അവൾക്ക് കുടിക്കാൻ വെള്ളം കൊടുത്തു. ജോലിക്കു പോകുന്നതിനുമുമ്പ് അവളെ മരക്കൂട്ടങ്ങൾക്കിടയി ലേക്ക് ആളുകൾ കാണാതെ മാറ്റിനിർത്തി.

കറുത്ത നിറമുള്ള ഒരു വേലക്കാരി പെൺകുട്ടി പാത്രത്തിൽ വെള്ളമെടുക്കാൻ ജലാശയത്തിനടുത്തു വന്നു. മരക്കൂട്ടത്തിനി ടയിൽ മറഞ്ഞിരുന്ന യുവതി അവളെക്കണ്ട് മാറിനിന്നു. പെൺകുട്ടി വെള്ളമെടുക്കാൻ കുനിഞ്ഞതായിരുന്നു. സുന്ദരമായ

ഒരു മുഖം വെള്ളത്തിൽ പ്രതിബിംബിച്ചിരിക്കുന്നു. അവൾ വിചാരിച്ചു അവളുടെ മുഖമാണ് കാണുന്നതെന്ന്.

"ഞാനിപ്പോൾ എത്ര സുന്ദരിയായിരിക്കുന്നു...ഇത്രയും സുന്ദരിയായ ഞാൻ വെള്ളം ചുമന്നുകൊണ്ടു പോകണോ...."

പെൺകുട്ടി സ്വയം പറഞ്ഞുകൊണ്ട് പാത്രം നിലത്തേക്കെറിഞ്ഞു. അത് പൊട്ടിത്തകർന്നു. കഷ്ണങ്ങൾ തെറിച്ചു. വേലക്കാരി വെള്ളവും വെള്ളപ്പാത്രവുമില്ലാതെ വീട്ടിലേക്കു തിരിച്ചുചെന്നു. യജമാനത്തിക്കു കോപംവന്നു. അവർ പെൺകുട്ടിയെ കണക്കിനു ശിക്ഷിച്ചു. വീണ്ടും വെള്ളം കൊണ്ടു വരാൻ വേറൊരു പാത്രം കൊടുത്തു. ഇത്തവണ വേലക്കാരി പെൺകുട്ടി വെള്ളംകോരാൻ കുനിഞ്ഞപ്പോൾ യുവതി ചെറുതായൊന്നു ചിരിച്ചു. ആ പ്രതിബിംബം കണ്ട് വേലക്കാരി പെൺകുട്ടി തിരിഞ്ഞുനോക്കി. പലേടത്തും നോക്കിയ ശേഷം സുന്ദരി യുവതിയെ കണ്ടെത്തി. അവൾ പറഞ്ഞു.

"ഓഹോ.....അതു നീയായിരുന്നു. അല്ലേ? എനിക്ക് അടി കൊള്ളാൻ കാരണക്കാരിയായവൾ."

അവൾ കുപ്പായത്തിൽ കുത്തിയ ഒരു പിൻ അഴിച്ചെടുത്ത് ഓടി യുവതിയുടെ അടുത്തെത്തി. പിന്നു കൊണ്ട് അവളെ കുത്തി.

പെട്ടെന്ന് അത്ഭുതം സംഭവിച്ചു. അവിടെ സുന്ദരിയായ യുവതിയില്ല. ഒരു പ്രാവാണുള്ളത്.

ആ സമയത്തുതന്നെയാണ് യുവതിയെ അവിടെ നിർത്തിയിട്ടുപോയ ചെറുപ്പക്കാരൻ വരുന്നത്. അയാളുടെ കൈയിൽ ആഹാരവും ഉണ്ട്. ആളുടെ കാല്പെരുമാറ്റം കേട്ട പെൺകുട്ടിക്ക് പേടിയായി. അവൾ വേഗം മരത്തിനടുത്തുനിന്നും നടന്നകന്നു. സുന്ദരിയായ യുവതിക്കുപകരം. കറുത്ത ഒരു പെൺകുട്ടിയെ കണ്ട് ചെറുപ്പക്കാരൻ വിസ്മയിച്ചു.

"ഞാൻ പോയശേഷം നിനക്കെന്താണു സംഭവിച്ചത്."

നടന്നുവരുന്ന പെൺകുട്ടിയോട് ചെറുപ്പക്കാരൻ ചോദിച്ചു.

"സൂര്യന്റെ ചൂടുകൊണ്ടാ. ഇവിടുന്നും പോയാൽ ഒരുപക്ഷേ, ഞാൻ പഴയതുപോലെയാകും."

അവൾ പറഞ്ഞു.

ചെറുപ്പക്കാരൻ അവളെ കല്യാണം കഴിച്ചു. പഴയ സൗന്ദര്യം തിരിച്ചു കിട്ടുവാൻ അവളെയുംകൊണ്ട് ചൂടില്ലാത്ത സ്ഥലങ്ങളിലേക്ക് മാറിത്താമസിച്ചു. എന്നിട്ടും മാറ്റമൊന്നുമുണ്ടായില്ല. അവൾ കറുത്തു തന്നെയിരുന്നു.

വർഷങ്ങൾ കഴിഞ്ഞു. ചെറുപ്പക്കാരൻ ധനികനായി. മനോഹരമായ ഒരു വീട്ടിലാണ് അയാളുടെ താമസം. വീടിനുചുറ്റും ധാരാളം മരങ്ങളുള്ള പൂന്തോട്ടം ഉണ്ടായിരുന്നു. പൂന്തോട്ടത്തിൽ ധാരാളം പക്ഷികൾ വന്നു. പാട്ടുപാടി. കൂടുകൾ നിർമ്മിച്ചു.

മനോഹരമായ ആ വീട്ടിൽ ചെറുപ്പക്കാരൻ സന്തോഷത്തിലല്ല. കാരണം ഒന്നേയുള്ളൂ. ഭാര്യയുടെ നിറം തനിക്കറുപ്പായിപ്പോയി. അയാൾ പലപ്രാവശ്യം തോട്ടത്തിലൂടെ സഞ്ചരിച്ച് ആലോചിച്ചത് ഒരു കാര്യമാണ്. ഭാര്യയായ യുവതിയെ ആദ്യം കണ്ടപ്പോൾ എത്ര സുന്ദരിയായിരുന്നു അവൾ.... പിന്നീട് ഒരിക്കൽപ്പോലും ആ സൗന്ദര്യം തിരിച്ചുകിട്ടിയിട്ടില്ല.

അയാൾ പൂന്തോട്ടത്തിൽ നടക്കുമ്പോഴൊക്കെ ഒരു പ്രാവ് ചുറ്റിപ്പറ്റി നടക്കാറുണ്ട്.

ഭാര്യക്ക് ഒരുദിവസം രോഗം പിടിപ്പെട്ടു. ആഹാരത്തിന് പ്രാവിന്റെ ഇറച്ചി വേണമെന്ന് ഭാര്യ പറഞ്ഞു. പൂന്തോട്ടത്തിൽ സ്ഥിരമായി കാണുന്ന പ്രാവിനെ പിടിക്കാമെന്നാണ് അയാൾ വിചാരിച്ചത്.

അയാൾ പൂന്തോട്ടത്തിൽ ചെല്ലുമ്പോൾ പ്രാവ് അടുത്തുകൂടി. അയാൾ പ്രാവിനെപ്പിടിച്ച് വേലക്കാരിയുടെ കൈയിൽ കൊടുത്തു. വേലക്കാരി പ്രാവിനെ മുറിക്കാൻ നോക്കുമ്പോൾ നെഞ്ചത്ത് ഒരു കറുത്ത കല. സൂക്ഷിച്ചുനോക്കി. അത് എന്തോ തറച്ചതാണ്. തൂവലുകൾ ഒതുക്കിനോക്കി. ഒരു പിന്നുണ്ട് തറച്ചിട്ട്. വേലക്കാരി ആവുന്നത്ര ശ്രമിച്ചിട്ടും പിന്ന് ഊരിയെടുക്കാൻ കഴിഞ്ഞില്ല. വേലക്കാരി യജമാനനെ വിളിച്ചു.

അയാൾചെന്ന് പിന്ന് ഊരിമാറ്റി. അവിടെ അത്ഭുതം സംഭവിച്ചു. പ്രാവ് ആദ്യത്തെ സുന്ദരിയായി മാറി. ചെറുപ്പക്കാരൻ അവളെ തിരിച്ചറിഞ്ഞു. വത്തക്ക മുറിച്ചപ്പോൾ പുറത്തു വന്ന അതേ സുന്ദരി.

ചെറുപ്പക്കാരന്റെ കറുത്ത ഭാര്യ വിവരം അറിഞ്ഞു. കഴിഞ്ഞ

വർഷങ്ങളിൽ ചെയ്ത വഞ്ചന അവൾ ഏറ്റുപറഞ്ഞു. അധികം കഴിയുന്നതിനു മുന്നേ അവൾ മരണപ്പെട്ടു.

അയാൾ സുന്ദരിയെ വിവാഹംചെയ്തു. അവൾ ആദ്യം കണ്ടപ്പോഴുള്ളതുപോലെതന്നെ സുന്ദരിയായിരുന്നു. അവർ വളരെ സന്തോഷത്തോടെയാണ് ജീവിച്ചത്. എങ്കിലും പ്രാവായി ജീവിച്ചകാലം അവൾ മറന്നില്ല.

അക്കാലംവരെ പ്രാവുകൾ കാട്ടിലാണ് കൂടുണ്ടാക്കി താമസിച്ചിരുന്നത്. അവൾ ആഗ്രഹിച്ചത് പ്രാവുകൾ നാട്ടിലെ തോട്ടത്തിലും മറ്റും കൂടുണ്ടാക്കി താമസിക്കണമെന്നാണ്. അതിനവൾ ചെറിയ കൂടുകൾ തോട്ടത്തിൽ ഉണ്ടാക്കി വച്ചു.

അതിനുശേഷമാണ് പ്രാവുകൾ നാട്ടിലെ തോട്ടങ്ങളിൽ കൂടുവയ്ക്കാൻ തുടങ്ങിയത്. വീടുകളുടെ മുകളിലും വീടിനടുത്തുമാണ് പ്രാവുകൾ കൂടുണ്ടാക്കുക.

16

കരയുന്ന കടൽ

വലിയ രാജകൊട്ടാരം. അവിടെയാണ് കൊച്ചു രാജകുമാരി. കൊട്ടാരത്തിനു ചുറ്റും മനോഹരമായ ഉദ്യാനമുണ്ട്. ധാരാളം പൂച്ചെടികളും വള്ളികളും മരങ്ങളുമുണ്ട് ഉദ്യാനത്തിൽ. ഉദ്യാനത്തിന്റെ ഒരു ഭാഗമാണ് രാജകുമാരിക്ക് ഏറ്റവും ഇഷ്ടം. ആ ഭാഗത്തുകൂടി പോയാൽ കടലിലെത്താം. രാജകുമാരി എപ്പോഴും ഒറ്റയ്ക്കായിരിക്കും. കടൽക്കരയിൽ പോയിരുന്ന് മാറിക്കൊണ്ടിരിക്കുന്ന കടലിന്റെ സൗന്ദര്യം ആസ്വദിക്കുന്നത് അവൾക്ക് ഏറെ ഇഷ്ടമാണ്. രാജകുമാരിയുടെ പേര് ഡിയോനൈസിയാ എന്നാണ്. തിരമാലകൾ കരയിലേക്ക് അടിച്ചുവരുന്ന ഒച്ച കേൾക്കുമ്പോൾ ഡി-യോ-നൈ-സി-യാ എന്നു പറയുന്നതു പോലെ തോന്നും.

ഒരു ദിവസം ഡിയോനൈസിയ ഒറ്റയ്ക്ക് കടൽക്കരയിൽ ഇരിക്കുകയായിരുന്നു. അവൾ സ്വയം പറഞ്ഞു.

"ഓ... ഞാൻ എപ്പോഴും ഒറ്റയ്ക്കാണ്. ആരെങ്കിലും കൂടെ കളിക്കാനുണ്ടെങ്കിലെന്ന് എനിക്കാഗ്രഹമുണ്ട്. രാജരഥത്തിൽ പോകുമ്പോൾ ഞാൻ കാണാറുണ്ട് ആൺകുട്ടികളും പെൺകുട്ടികളും കളിക്കുന്നത്. രാജകുമാരിയായതുകൊണ്ട് അവരെയൊന്നും എനിക്ക് കളിക്കാൻ കിട്ടില്ല. എനിക്ക് കളിക്കാൻ കൂട്ടുകാരെ കിട്ടിയെങ്കിൽ....."

ആ സമയത്ത് ഒരു പ്രധാനസംഭവം ഉണ്ടായി. കടൽ സാവധാനം വ്യക്തമായി പറഞ്ഞു.

"ഡി.......യോ.....നൈ.....സിയാ.....ഡി.....യോ.....നൈ.....സി....യാ....."

രാജകുമാരി കടലിനടുത്തേക്ക് നടന്നു. രാജപാദുകങ്ങൾ നനഞ്ഞു പോകുന്നതിൽ അവൾ ഭയന്നില്ല. ഒരു വൻതിരമാല അവൾക്കു നേരെ വന്നു. ഒരു സമുദ്രസർപ്പം തിരമാലയ്ക്കിടയിൽനിന്നും അവളുടെ അടുത്തേക്കു നീങ്ങി.

സമുദ്രസർപ്പങ്ങളെ അവൾക്കറിയാം. കഥാപുസ്തകങ്ങളിൽനിന്നും അവയെ കണ്ടിട്ടുണ്ട്. ചിത്രങ്ങളിൽ കണ്ടതിൽനിന്നും വ്യത്യസ്തമാണിത്. സമുദ്രസർപ്പത്തെ ആദ്യമായാണ് അവൾ കാണുന്നത്. ഇത് പേടിപ്പിക്കുന്നില്ല. ദയയുള്ളതുപോലെ തോന്നുന്നു. നല്ല ജീവിയാണ്. രാജകുമാരി സർപ്പത്തിനു നേരെ കൈനീട്ടി.

"വാ....എന്റെകൂടെ കളിക്കൂ."

ഡിയോനൈസിയ പറഞ്ഞു.

"ഞാൻ ലാബിസ്മേനയാണ്. നിന്റെകൂടെ കളിക്കാനാണ് ഞാൻ വന്നത്."

സർപ്പം മറുപടി കൊടുത്തു. ഡിയോനൈസിയയ്ക്ക് വളരെയേറെ സന്തോഷമായി. സമുദ്രസർപ്പം എല്ലാദിവസവും രാജകുമാരിയുമായൊത്തു കളിക്കുവാൻ വന്നു. ഡിയോനൈസിയ ഒറ്റയ്ക്കിരിക്കുമ്പോൾ മാത്രമേ സമുദ്രസർപ്പം വന്നുള്ളൂ. ആരെങ്കിലും വരുന്നു എന്നുകണ്ടാൽ സർപ്പം കടലിലേക്ക് മറഞ്ഞുകളയും. അതുകൊണ്ട് രാജകുമാരി മാത്രമേ സർപ്പത്തെ കണ്ടുള്ളൂ.

വർഷങ്ങൾ കടന്നുപോയി. ഓരോ വർഷം കഴിയുന്തോറും രാജകുമാരി വളർന്നുവളർന്നു വന്നു. ഡിയോനൈസിയക്കു പതിനാറു വയസ്സായി. എങ്കിലും ലാബിസ്മേനയും ഒത്തുള്ള അവളുടെ കളികൾ തുടർന്നു വന്നു.

ഒരുദിവസം സമുദ്രതീരത്തുകൂടി നടന്നുപോകുമ്പോൾ ലാബിസ്മേന ദുഃഖത്തോടെ പറഞ്ഞു:

"ഞാനും വലുതാകുകയാണ്. എനിക്ക് വയസ്സായിത്തുടങ്ങി. ഇനി നമുക്ക് ഒരുമിച്ചു കളിക്കാൻ കഴിയുമെന്ന് തോന്നുന്നില്ല.

ഞാൻ സമുദ്രത്തിൽനിന്നും വരികയില്ലെങ്കിലും നിന്നെ ഒരിക്കലും മറക്കുകയില്ല. എല്ലാക്കാലത്തും ഞാൻ നിനക്കു നല്ല സുഹൃത്തായിരിക്കും. നിനക്ക് കുഴപ്പങ്ങളൊന്നും ഉണ്ടാവരുതെന്നാണ് എന്റെ എപ്പോഴത്തെയും ആഗ്രഹം. എന്റെ പേര് എപ്പോൾ വിളിക്കുന്നുവോ ആ സമയത്ത് ഞാൻ പ്രത്യക്ഷപ്പെട്ടോളും."

സർപ്പം കടലിലേക്ക് അപ്രത്യക്ഷമായി.

ഇക്കാലത്താണ് അയൽരാജ്യത്തെ രാജ്ഞി അന്തരിച്ചത്. മരിക്കുന്നതിനു മുമ്പേ രാജ്ഞി രാജാവിന് ഒരു തങ്കമോതിരം കൊടുത്തുകൊണ്ട് നിർദ്ദേശിച്ചു.

"നിങ്ങൾക്ക് വിവാഹം ചെയ്യാൻ തോന്നുമ്പോൾ ഒരുകാര്യം ശ്രദ്ധിക്കണം. ഈ മോതിരം കൂടുതൽ മുറുക്കവും കൂടുതൽ അയവും അല്ലാത്ത വിരലുള്ള രാജകുമാരിയെ തെരഞ്ഞെടുക്കണം."

കുറച്ചുകാലം കഴിഞ്ഞപ്പോൾ രാജാവ് വധുവിനെ തേടാൻ തുടങ്ങി. പല രാജകൊട്ടാരങ്ങളിലും പോയി വിരൽ മോതിരത്തിന് അനുയോജ്യമാകുന്നോ എന്നു പരിശോധിച്ചു. അന്വേഷിച്ചു ചെന്നതൊന്നും അനുയോജ്യമായില്ല.

ആ രാജാവ് ഡിയോനൈസിയയുടെ കൊട്ടാരത്തിലുമെത്തി. രാജകുമാരിക്ക് സ്വന്തം സ്വപ്നങ്ങളും ആഗ്രഹങ്ങളുമൊക്കെ ഉണ്ടായിരുന്നു. ആ രാജാവ് വന്നത് രാജകുമാരിക്ക് തീരെ ഇഷ്ടമായില്ല. രാജാവ് പ്രായംകൂടിയ ആളും സൗന്ദര്യമില്ലാത്ത ആളുമായിരുന്നു. മോതിരം വിരലിൽ ഇടുമ്പോൾ അത് പാകമാകരുതേ എന്ന് ഡിയോനൈസിയ ആഗ്രഹിച്ചു. എന്നാൽ അത് കൃത്യം വിരലിനു യോജിച്ചതായിരുന്നു.

ഡിയോനൈസിയ ഭയന്നു വിറച്ചു.

"ഞാൻ അദ്ദേഹത്തെത്തന്നെ വിവാഹം ചെയ്യണോ?"

അവൾ പിതാവിനോട് ആരാഞ്ഞു.

"നമ്മുടേതിനേക്കാൾ വലിയ കൊട്ടാരത്തിൽ ജീവിക്കുന്ന രാജാവാണ്. സമ്പത്തും കൂടുതലുണ്ട്. എല്ലാംകൂടി നമുക്ക് പ്രതീക്ഷിക്കാവുന്നതിനേക്കാൾ മികച്ചത്. ഇതൊരു ഭാഗ്യമായിട്ടു വേണം നമുക്ക് കരുതാൻ."

ഡിയോനൈസിയ കരഞ്ഞുകൊണ്ട് ദിവസങ്ങൾ നീക്കി. അവൾ ക്ഷീണിച്ചുവന്നു. പിതാവ് അതുകണ്ട് പരിഭ്രമിച്ചു. മോതിരം വിരലിൽ അയഞ്ഞതായാൽ വിവാഹം നടക്കില്ല. വിവാഹത്തിന്റെ ഒരുക്കങ്ങൾ തുടങ്ങുന്നതിന് രാജാവ് ആശങ്കപ്പെട്ടു.

ഡിയോനൈസിയ കരഞ്ഞുകൊണ്ട് കടൽത്തീരത്ത് നടന്നു. പെട്ടെന്നാണ് ലാബിസ്മേനയെ ഓർത്തത്. പ്രയാസങ്ങൾ ഉണ്ടാകുമ്പോൾ കളിക്കൂട്ടുകാരി പറഞ്ഞിരുന്നതാണ്. അവൾ കടലിനടുത്തേക്ക് നടന്നു വിളിച്ചു.

"ലാബിസ്മേന........ ലാബിസ്മേന.........."

സമുദ്രസർപ്പം ഉടനെതന്നെ കടലിൽനിന്നും ഉയർന്നുവന്നു. ഡിയോനൈസിയ അകപ്പെട്ടിരിക്കുന്ന പ്രയാസങ്ങളെക്കുറിച്ചു പറഞ്ഞുതീർത്തു.

"നീ പേടിക്കേണ്ട. കല്യാണത്തിന് നീയും ഒരു നിബന്ധന വയ്ക്കണം. രാജാവിന് നിന്നെ കല്യാണം കഴിക്കണമെങ്കിൽ രാജാവ് നിനക്കൊരു സമ്മാനം തരണമെന്ന് പറയണം. വയലുകളുടെ നിറവും അവിടെയുള്ള പൂക്കളുമുള്ള ഒരു വസ്ത്രത്തിനാണ് നീ ആവശ്യപ്പെടേണ്ടത്. വേഗംപോയി പിതാവിനോടു പറയൂ."

സമുദ്രസർപ്പം അപ്രത്യക്ഷമായി.

ഡിയോനൈസിയയുടെ വാക്കുകൾകേട്ട പിതാവ് വിവരം വിവാഹാന്വേഷണത്തിന് വന്ന രാജാവിനെ അറിയിച്ചു. രാജാവിന് ഡിയോനൈസിയയോട് അതിരറ്റ താല്പര്യം തോന്നി. രഹസ്യമായി അയാൾ സന്തോഷിച്ചു.

രാജാവ് വയലുകളുടെ നിറവും അതിലുള്ള പൂക്കളുമുള്ള വസ്ത്രത്തിനുവേണ്ടിയുള്ള അന്വേഷണമായി. വളരെ വിഷമംപിടിച്ച ജോലിയായിരുന്നു അത്. എങ്കിലും രാജാവത് നേടിയെടുത്തു.

രാജാവിനോട് ആവശ്യപ്പെട്ട വസ്ത്രം ലഭിച്ചു എന്നറിഞ്ഞപ്പോൾ ഡിയോനൈസിയ ദുഃഖിതയായി. ഇനി വിവാഹം നടക്കുമെന്നും വേറെ മാർഗ്ഗമില്ലെന്നും രാജകുമാരി വിശ്വസിച്ചു. എന്തായാലും ലാബിസ്മേനയോട് പറഞ്ഞിട്ട് ബാക്കി തീരുമാ

നിക്കാമെന്നായി രാജകുമാരി. ഡിയോനൈസിയ കടൽത്തീരത്തേക്ക് ഓടി. സങ്കടത്തോടെ അവൾ വിളിച്ചു.

"ലാബിസ്മേനാ...... ലാബിസ്മേനാ......."

സമുദ്രസർപ്പം ഉടനെ പ്രത്യക്ഷപ്പെട്ടു. രാജകുമാരി സങ്കടം പറഞ്ഞു.

"ഒട്ടും പേടിക്കേണ്ട. ഒരു നിബന്ധനകൂടി പറയൂ. കടലിന്റെ നിറവും അതിലുള്ള മത്സ്യങ്ങളുമുള്ള വസ്ത്രം തന്നാലേ കല്യാണത്തിനു സമ്മതിക്കൂ എന്ന് പറഞ്ഞോളൂ."

ഡിയോനൈസിയ ഇങ്ങനെയൊരു പുതിയ നിബന്ധന പറഞ്ഞപ്പോൾ പിതാവ് എതിർത്തില്ല. വിവരം അയൽരാജാവിനെ അറിയിച്ചു. അയാൾക്ക് അല്പം നീരസംതോന്നി. എങ്കിലും രാജകുമാരിയെ ലഭിക്കുന്നതിനുവേണ്ടി അതിനും രാജാവു തയ്യാറായി. ഭീമമായ പണം ചെലവഴിച്ചാണ് അങ്ങനെയൊരു വസ്ത്രം രാജാവിനു കിട്ടിയത്.

രാജകുമാരിക്കു വിവരംലഭിച്ചു. രാജാവ് സന്തോഷത്തിലാണ്. ഡിയോനൈസിയയുടെ പിതാവിനും സന്തോഷമായി. രാജകുമാരി മാത്രം ദുഃഖിച്ചു. പരിഹാരം കണ്ടെത്താൻ അവൾ വീണ്ടും സമുദ്രതീരത്തെത്തി.

"ലാബിസ്മേനാ......... ലാബിസ്മേനാ............"

കടലിൽനിന്നും പ്രത്യക്ഷമായ സമുദ്രസർപ്പം രാജകുമാരിയെ സമാധാനിപ്പിച്ചു.

"നീ പേടിക്കയേ വേണ്ട. ഇപ്രാവശ്യം ആകാശത്തിന്റെ നിറവും ആകാശത്തിലെ നക്ഷത്രങ്ങളുമുള്ള വസ്ത്രമാണ് സമ്മാനമായി ആവശ്യപ്പെടേണ്ടത്. ഇത് അവസാനമായി ആവശ്യപ്പെടുന്നതാണെന്നുകൂടി അറിയിച്ചേക്കണം."

ഡിയോനൈസിയയുടെ ആവശ്യം പിതാവ് അയൽരാജാവിനെ അറിയിച്ചു. രാജാവിനു വെറുപ്പു തോന്നിത്തുടങ്ങി. എന്നാൽ ഇത് അവസാനത്തെ സമ്മാനമാണ് ആവശ്യപ്പെട്ടത് എന്നറിഞ്ഞപ്പോൾ രാജാവിന് ഉത്സാഹമായി. എത്രയുംവേഗത്തിൽ വസ്ത്രം ലഭ്യമാക്കാൻ രാജാവ് കല്പിച്ചു. ഒടുവിൽ രാജാവ് അതും നേടിയെടുത്ത് ഡിയോനൈസിക്ക് അയച്ചുകൊടുത്തു.

രാജകുമാരി അത്ഭുതപ്പെട്ടു. പറയുന്ന തരത്തിലുള്ള സമ്മാനങ്ങളെല്ലാം എത്തിച്ചുതരുന്നു. ഇനി വിവാഹത്തിൽനിന്നും ഒഴിവാകാൻ സാദ്ധ്യമല്ല എന്നുതന്നെയാണ് തോന്നുന്നത്. ലാബിസ്മേനയ്ക്കും എന്തെങ്കിലും തരത്തിൽ സഹായിക്കാൻ കഴിയില്ലായിരിക്കും. എന്നാലും അവസാനമായി ഒരിക്കൽക്കൂടി ലാബിസ്മേനയെ സമീപിക്കാം.

ഡിയോനൈസിയ കടൽക്കരയിൽ എത്തി.

"ലാബിസ്മേനാ......ലാബിസ്മേനാ....."

രാജകുമാരി അതിദീനതയിലാണ് വിളിച്ചത്. ലാബിസ്മേന ഒട്ടും താമസിയാതെ കടലിൽനിന്നും അവളുടെ അടുത്തേക്കു വന്നു. ഇനി രക്ഷപ്പെടാനാവില്ലെന്ന് അവൾ പറഞ്ഞു. ലാബിസ്മേനയ്ക്ക് അപ്പോഴും സംശയമൊന്നുമില്ലായിരുന്നു.

"നീ വീട്ടിൽ പോയി ആ വസ്ത്രങ്ങളൊക്കെ എടുത്തുവേഗം വരൂ. നിനക്ക് ഞാനൊരു അത്ഭുതം കാണിച്ചുതരാം."

ഡിയോനൈസിയ കൊട്ടാരത്തിൽ വസ്ത്രങ്ങളെടുക്കാൻ ഓടിപ്പോയി.

അയൽരാജാവ് രാജകുമാരിക്കുവേണ്ടി വസ്ത്രങ്ങൾ തെരയാൻ പോയ സമയത്തൊക്കെ ലാബിസ്മേന തിരക്കിട്ട ജോലിയിലായിരുന്നു. സമുദ്രസർപ്പം ഒരു കപ്പൽ നിർമ്മിച്ചുകൊണ്ടിരുന്നു അവൾക്ക്.

രാജകുമാരി വസ്ത്രങ്ങളെല്ലാം ഒരു പെട്ടിയിലാക്കി കൊണ്ടുവന്നു. അപ്പോൾ അവിടെ ഒരു ചെറിയ കപ്പൽ കാത്തുനില്ക്കുന്നുണ്ട്. രാജകുമാരി കണ്ടിട്ടുള്ളതിൽനിന്നെല്ലാം വ്യത്യസ്തമായ ഒരു കപ്പലാണത്. ഡിയോനൈസിയയോട് കപ്പലിൽ കയറാൻ ലാബിസ്മേന പറഞ്ഞു. രാജകുമാരി മടിച്ചുനിന്നു. അവൾക്ക് ഭയമായിരുന്നു.

"ഈ കപ്പൽ നിനക്കുവേണ്ടിയാണ് ഞാൻ നിർമ്മിച്ചത്. നിന്നെയും കൊണ്ട് ഈ കപ്പൽ വളരെ അകലെയുള്ള ഒരു രാജകൊട്ടാരത്തിൽ എത്തിക്കും. ലോകത്തിലെ ഏറ്റവും സുന്ദരനായ രാജകുമാരനാണ് അവിടെ ഉണ്ടാവുക. ആ രാജകുമാരനെ കണ്ടാൽ നീ കൊതിക്കും കല്യാണം കഴിക്കുവാൻ."

"നീ എനിക്കുവേണ്ടി ചെയ്യുന്ന നല്ല കാര്യങ്ങൾക്ക് ഞാനെ ങ്ങനെയാണ് നന്ദിപറയേണ്ടത്?"

"ലോകത്തിലെ ഏറ്റവും വലിയ കാര്യം നീയെനിക്കുവേണ്ടി ചെയ്യും. ഞാനക്കാര്യം അതുവരെ നിന്നോടു പറഞ്ഞിട്ടില്ല. നീയത് സംശയിച്ചിട്ടുമില്ല. മന്ത്രംകൊണ്ട് ബന്ധിക്കപ്പെട്ട് ഇങ്ങ നെയായിത്തീർന്ന ഒരു രാജകുമാരിയാണ് ഞാനും. ലോകത്തിലെ ഏറ്റവും സന്തോഷവതിയായ യുവതി അവളുടെ സന്തോഷാ ധിക്യമുള്ള സമയത്ത് എന്നെ മൂന്നു പ്രാവശ്യം വിളിച്ചാൽ ഞാൻ പഴയ രൂപംപ്രാപിക്കും. നിന്റെ വിവാഹസുദിനത്തിൽ നീയായി രിക്കും ലോകത്തിലെ ഏറ്റവും സന്തോഷവതിയായ യുവതി. അപ്പോൾ നീ എന്റെ പേര് മൂന്നു പ്രാവശ്യം വിളിക്കാൻ ഓർമ്മി ച്ചാൽ എന്റെ ഈ രൂപം മാറി രാജകുമാരിയാകാൻ എനിക്കു സാധിക്കും."

ഡിയോണൈസിയ കൂട്ടുകാരിക്കുവേണ്ടി മറക്കാതെ അതു ചെയ്തു കൊള്ളാമെന്നേറ്റു. മൂന്നു പ്രാവശ്യം വിളിക്കണമെന്ന് സമുദ്രസർപ്പം രാജകുമാരിയെ നിഷ്കർഷിച്ചു.

കൂട്ടുകാരികൾ കെട്ടിപ്പിടിച്ച് സ്നേഹം പ്രകടിപ്പിച്ചു. രാജ കുമാരി കപ്പലിൽ കയറിപ്പോയി. സമുദ്രസർപ്പം കടലിൽ അപ്ര ത്യക്ഷമായി.

ഡിയോണൈസിയ വളരെയേറെ സമയം കപ്പലിൽ സഞ്ചരി ച്ചു. അവസാനം വളരെ മനോഹരമായ ഒരു ദ്വീപിൽ അവൾ എത്തിച്ചേർന്നു. കരയിൽ ഇറങ്ങുമ്പോൾ വസ്ത്രങ്ങൾ വച്ചിരുന്ന പെട്ടിയുമെടുത്തു. ഡിയോണൈസിയ ദ്വീപിലിറങ്ങിയപ്പോൾ കപ്പൽ അവിടുന്നും പോയി.

'ഞാനിനി എന്താണു ചെയ്യുക? കപ്പൽ തിരിച്ചുപോയി. ജീവി ക്കാൻ വേണ്ടി എന്താണ് എനിക്കിവിടെ കിട്ടുക? ഒരു പ്രവൃ ത്തിയും ചെയ്ത് ശീലമില്ലാത്തവളാണു ഞാൻ.'

ഉടനെതന്നെ എന്തെങ്കിലും ചെയ്തേ പറ്റൂ. ഭക്ഷണത്തിനും ജോലിക്കുമായി അവൾ വീടുകൾ തോറും കയറിയിറങ്ങി. അവ സാനം അവൾ രാജകൊട്ടാരത്തിലെത്തി. അവിടെ കോഴികളെ നോക്കാൻ ഒരാളെ വേണമെന്ന് അവൾക്ക് അറിയിപ്പു കിട്ടി. അതാ

ണെങ്കിൽ അത്. അവൾ ജോലി സ്വീകരിച്ചു. ഒരു രാജകുമാരിക്കു ചെയ്യാൻ കഴിയുന്നതിനേക്കാൾ പ്രയാസമുള്ള ജോലിയാണ്. എങ്കിലും ഭക്ഷണവും താമസവും ലഭിക്കും.

ദിവസങ്ങൾ കഴിഞ്ഞുപോയി. പട്ടണത്തിൽ ഒരു വലിയ ആഘോഷം നടക്കുകയാണ്. എല്ലാവരും ആഘോഷത്തിൽ പങ്കെടുക്കാൻ പോയി. കോഴികളെ നോക്കുന്ന ഡിയോനൈസിയ മാത്രം പോയില്ല. ഒറ്റയ്ക്കായപ്പോൾ അവൾക്കുംതോന്നി ഉത്സവത്തിനു പോയാലോ എന്ന്. മുടിചീകി, വയലിന്റെ നിറവും പൂക്കളുമുള്ള വസ്ത്രമാണ് ധരിച്ചത്. ഇപ്പോൾ അവളെ കണ്ടാൽ കോഴികളെ നോക്കുന്ന വേലക്കാരിയാണെന്ന് തോന്നുകയേയില്ല. അവൾ വളരെ വേഗത്തിൽ നടന്നു. നൃത്തങ്ങൾ ആരംഭിക്കാറായിരുന്നു അപ്പോൾ.

ഡിയോനൈസിയയെ കണ്ടവരൊക്കെ ശ്രദ്ധിച്ചിരുന്നു. അവളുടെ വസ്ത്രമാണ് പലരെയും ശ്രദ്ധിക്കാൻ ഇടയാക്കിയത്. രാജകുമാരന് അവളെ ഏറെ ഇഷ്ടമായി. അവിടെ കൂടിയവരാരും അവളെ മുമ്പ് കണ്ടിട്ടില്ല. അവൾ എവിടുന്നു വന്നു എന്ന് ആർക്കും അറിയുകയുമില്ല. ഉത്സവം തീരുന്നതിനുമുമ്പേ അവൾ തിരിച്ചുപോന്നു. കൊട്ടാരത്തിലെ മറ്റുള്ളവർ വരുമ്പോൾ ആ ചെറുപ്പക്കാരി കോഴികളെയും ശ്രദ്ധിച്ചിരിക്കയായിരുന്നു.

ഉത്സവത്തിന്റെ രണ്ടാം ദിവസം വീട്ടുകാർ നേരത്തെതന്നെ ഉത്സവസ്ഥലത്തെത്തി. എല്ലാവരും പോയിക്കഴിഞ്ഞപ്പോൾ ഡിയോനൈസിയ കടലിന്റെ നിറവും കടലിലെ മത്സ്യങ്ങളുമുള്ള വസ്ത്രമണിഞ്ഞ് ഉത്സവത്തിനുപോയി. ആദ്യ ദിവസത്തേക്കാൾ കൂടുതൽ ആളുകൾ ഡിയോനൈസിയയെ ശ്രദ്ധിക്കുന്നുണ്ടായിരുന്നു.

അന്നും അവൾ ഉത്സവം തീരുന്നതിനുമുന്നേ തിരിച്ചെത്തി. കോഴികളെ ശ്രദ്ധിക്കാൻ പോയി. ഉത്സവം കഴിഞ്ഞ് കൊട്ടാരത്തിലെത്തിയ രാജകുമാരൻ മാതാവിനോടു പറഞ്ഞു.

“ഉത്സവത്തിനു വന്ന ആ അപരിചിത നമ്മുടെ കോഴികളെ നോക്കുന്ന യുവതിയെപ്പോലെയില്ലേ?”

“നീയെന്തു വിഡ്ഢിത്തമാണ് പറയുന്നത്? ആ കുട്ടിക്ക് അതുപോലുള്ള വസ്ത്രം എവിടുന്ന് കിട്ടാനാണ്?”

അമ്മ മറുപടി പറഞ്ഞു.

"ആ യുവതി ഉത്സവത്തിനു വരുന്നുണ്ടോ എന്നു കണ്ടുപിടിക്കണം."

രാജകുമാരൻ രാജസദസ്സിലെ ഒരംഗത്തെ ഏല്പിച്ചു. സഭാംഗം അന്വേഷിച്ചപ്പോൾ എല്ലാവരും പറയുന്നത് ആ പെൺകുട്ടി കോഴികളെയുംകൊണ്ടു പോകുന്നു. കോഴികളെയുംകൊണ്ടു വരുന്നു എന്നാണ്.

രാജകുമാരന് ആ വിവരം കേട്ടിട്ട് തീരെ തൃപ്തിയായില്ല.

"എനിക്ക് വിവാഹം കഴിക്കേണ്ടത് ആ യുവതിയെയാണ്. അവൾ ആരാണെന്നു ഞാൻതന്നെ കണ്ടുപിടിച്ചുകൊള്ളാം."

മൂന്നാം ദിവസം ഉത്സവത്തിനു ഡിയോനൈസിയ പോയി. അന്ന് ആകാശത്തിന്റെ നിറവും നക്ഷത്രങ്ങളുമുള്ള വസ്ത്രമാണ് അവൾ ധരിച്ചത്.

രാജകുമാരന് അവളിൽ വല്ലാത്ത അഭിനിവേശംതന്നെ ഉണ്ടായി. അവൾ ആരാണെന്നോ എവിടുന്നാണ് വരുന്നതെന്നോ ചോദിക്കാൻ രാജകുമാരന് അവസരം കിട്ടിയില്ല. എങ്കിലും തിളക്കമുള്ള രത്നം അവൾക്കു കൈമാറുവാൻ സാധിച്ചു.

കൊട്ടാരത്തിലെത്തിയ രാജകുമാരന് വല്ലാത്ത ആധിയായി. ഭക്ഷണം കുറഞ്ഞു. ദിവസേന രാജകുമാരൻ മെലിഞ്ഞുവന്നു. വിളറി വെളുത്തുപോയി. രാജകുമാരനു വിശപ്പുണ്ടാക്കുവാനും ഭക്ഷണത്തിനു രുചിയുണ്ടാക്കുവാനും പലതരം കറികൾ ഉണ്ടാക്കി നോക്കി.

അവസാനം കോഴിയെ നോക്കുന്ന യുവതി ഒരു ആഹാരം ഉണ്ടാക്കിക്കൊടുക്കാമെന്നു പറഞ്ഞു. അവളുണ്ടാക്കിയ ഭക്ഷണത്തിന്റെ അടിയിൽ രാജകുമാരൻ സമ്മാനിച്ച രത്നം വച്ചിരുന്നു.

അതു തൊട്ടുനോക്കുകപോലും ചെയ്യാതെ രാജകുമാരൻ തിരിച്ചയക്കുകയായിരുന്നു. അപ്പോഴാണ് രത്നത്തിന്റെ വെളിച്ചം ശ്രദ്ധയില്പെട്ടത്.

"ആരാണീ ആഹാരം പാകം ചെയ്തത്?"

രാജകുമാരൻ ഉദ്വേഗത്തോടെ ചോദിച്ചു:

"അത് കോഴികളെ നോക്കുന്ന ചെറുപ്പക്കാരിയാ....."

അമ്മ മറുപടി പറഞ്ഞു.

"അവളോട് ഉടൻ ഇവിടെ വരാൻ പറയൂ. എനിക്കറിയാം അവളാണ് ഉത്സവത്തിനുവന്ന ആ അപരിചിതയെന്ന്."

കാര്യങ്ങൾ എല്ലാവർക്കും വ്യക്തമായി. അടുത്ത ദിവസം തന്നെ ഡിയോനൈസിയയുടെ കല്യാണവും കഴിഞ്ഞു. ലോകത്തിലെ ഏറ്റവും വലിയ സന്തോഷവതിയായി അപ്പോൾ ഡിയോനൈസിയ. അവൾ ആഗ്രഹിച്ച രാജകുമാരനാണ് അതെന്ന് ആദ്യം കണ്ടപ്പോൾത്തന്നെ അവൾക്കു തോന്നിയിരുന്നതാണ്.

ഡിയോനൈസിയയുടെ ആ സമയത്തെ ഉൽക്കണ്ഠകൾക്കിടയിൽ പഴയ കൂട്ടുകാരിയെ വിളിക്കേണ്ട കാര്യം മറന്നുപോയി. അവൾ രാജകുമാരനെപ്പറ്റി മാത്രമേ ഓർമ്മിച്ചുള്ളൂ.

ഡിയോനൈസിയയുടെ അശ്രദ്ധകാരണം ലാബിസ്മേനയ്ക്ക് മോചനമില്ലാതായി. സമുദ്രസർപ്പമായിത്തന്നെ കഴിഞ്ഞു.

ലാബിസ്മേനയ്ക്ക് ആഗ്രഹമുണ്ടായിരുന്നു രാജകുമാരിയായി മാറാൻ. സുന്ദരനായ രാജകുമാരനെ കല്യാണം കഴിച്ച് സുഖമായി ജീവിക്കണമെന്നും മോഹമുണ്ടായിരുന്നു. ഡിയോനൈസിയ വിസ്മരിച്ചതുകൊണ്ട് കളിക്കൂട്ടുകാരിയുടെ ആഗ്രഹങ്ങളെല്ലാം നിഷ്ഫലമായി.

കടൽത്തീരത്തോടടുക്കുമ്പോൾ എപ്പോഴും വിളിച്ചു കരയുകയാണ്.

ഡിയോനൈസിയാ.......

ഡിയോനൈസിയാ........

കടൽ കരയുന്നതിൽ അതിശയിക്കാനില്ല. എത്രയും സഹായം ചെയ്ത ഒരു വ്യക്തിയെ വിസ്മരിച്ചാൽ കരഞ്ഞുപോവുകയേ ഉള്ളൂ. ഇന്നും തീരത്തിരുന്നാൽ കേൾക്കാം കടലിന്റെ കരച്ചിൽ.

18

വണ്ടിന്റെ നിറം

ഒരു ദിവസം ഒരു ചെറിയ വണ്ട് ചുമരിലൂടെ നീങ്ങിക്കൊണ്ടിരിക്കുകയായിരുന്നു. ചുമരിലെ മാളത്തിൽനിന്നും ചാരനിറമുള്ള എലി പുറത്തേക്കു വന്നു. എലി വണ്ടിനെ സൂക്ഷിച്ചുനോക്കിയിട്ടു പറഞ്ഞു.

"നീ എത്ര സാവധാനമാണ് നിരങ്ങി നീങ്ങുന്നത്....... നിനക്ക് ലോകത്തിൽ എവിടെയും എത്താൻ കഴിയില്ല. എന്നെ നോക്കിയാട്ടെ. എത്ര വേഗത്തിലാണ് ഞാൻ ഓടുന്നത്?"

എലി ചുമരിന്റെ അറ്റത്തേക്ക് ഒരോട്ടം. തിരിച്ച് വണ്ടിന്റെ അടുത്തേക്കും.

"ഇതുപോലെ ഓടുവാൻ നിനക്കും ആഗ്രഹമില്ലേ?"

വലിയ എലി ചെറിയ വണ്ടിനോട് ചോദിച്ചു:

"നിങ്ങൾ വലിയ ഓട്ടക്കാരൻതന്നെയാണ്."

വിനയത്തോടെ വണ്ടു പറഞ്ഞു. ആരോടും വിനയത്തോടെയേ പെരുമാറാവൂ എന്ന് അമ്മ അവളെ പഠിപ്പിച്ചിട്ടുണ്ട്. സ്വന്തം കഴിവുകളെക്കുറിച്ച് പൊങ്ങച്ചം പറയരുതെന്നും പറഞ്ഞിരുന്നു. തനിക്കുകഴിയുന്ന ഒരു കാര്യത്തെക്കുറിച്ചും വണ്ട് പറയാറില്ല. അവള് മെല്ലെ നിരങ്ങി നീങ്ങിപ്പോയി.

അവർ തമ്മിലുള്ള സംഭാഷണം മാവിന്മേൽ ഇരുന്ന തത്ത കേൾക്കുന്നുണ്ടായിരുന്നു. തത്ത എലിയോടു ചോദിച്ചു.

“എങ്ങനെയാണ് വണ്ടുമായി മത്സരിക്കാൻ പോകുന്നത്? ഞാൻ തുന്നാരൻ പക്ഷിയുടെ അടുത്താണ് താമസിക്കുന്നത്. നിങ്ങളുടെ മത്സരത്തിൽ ജയിക്കുന്ന ആൾക്ക് ഒരു കോട്ട് ഞാൻ സമ്മാനമായി തരും. ജയിക്കുന്ന ആൾക്ക് ഇഷ്ടമുള്ള നിറം തെരഞ്ഞെടുക്കാം.”

“നരിയെപ്പോലെ വരകളുള്ള കോട്ടാണ് എനിക്കു വേണ്ടത്.”

കോട്ട് അണിഞ്ഞതുപോലെയുള്ള ഭാവത്തിൽ ചുമലുകളിൽ നോക്കിക്കൊണ്ട് എലി പറഞ്ഞു.

“എനിക്ക് തിളങ്ങുന്ന നിറമുള്ള ഒരു കോട്ടുമതി.”

ബ്രൗൺനിറമുള്ള ചെറിയ വണ്ട് പറഞ്ഞു.

ചുമലുകൾ കുലുങ്ങുന്നതുവരെ വലിയ എലി ചിരിച്ചുകൊണ്ടിരുന്നു. ചിരി നിർത്തി സംസാരിക്കാറായപ്പോൾ എലി ചോദിച്ചു.

“മത്സരത്തിൽ ജയിക്കുമെന്നു തന്നെയാണോ നിന്റെ വിചാരം? അതുപോലെയുണ്ട് പറച്ചിൽ.”

തത്ത രണ്ടുപേരെയും മത്സരത്തിനു വിളിച്ചു. പനയുടെ മുകളിലിരുന്ന് തത്ത മത്സരം ആരംഭിക്കാനുള്ള സൂചന കൊടുത്തു. മത്സരം അവസാനിക്കുന്നിടത്തേക്ക് തത്ത പറന്നുപോയി.

എലി അതിവേഗം ഓടി. അതിന് തളർച്ചതോന്നി.

“എന്തിനാണിങ്ങനെ ധൃതി കൂട്ടുന്നത്.....വണ്ടിന് എന്തായാലും ജയിക്കാൻ കഴിയില്ല.”

സ്വയം പറഞ്ഞുകൊണ്ട് എലി ഓട്ടത്തിന്റെ വേഗം കുറച്ചു. എന്നാൽ വേഗം വേഗം എന്ന് മനസ്സു പറയുന്നുണ്ട്. എലി കഴിയുന്നത്ര വേഗത്തിൽ ഓടാൻ തുടങ്ങി.

മത്സരം അവസാനിക്കുന്നിടത്ത് എത്തിയപ്പോൾ എലിക്ക് സ്വന്തം കണ്ണുകളെ വിശ്വസിക്കാൻ കഴിഞ്ഞില്ല. ഒരു ദുഃസ്വപ്നം കാണുകയാണോ എന്നു തോന്നി. പച്ചത്തത്തയുടെ അടുത്ത് ഇരിക്കുകയാണ് വണ്ട്. ജീവിതത്തിൽ ഒരിക്കലും ഇങ്ങനെ അത്ഭുതപ്പെട്ടിട്ടില്ല എലി. ശ്വാസം നേരെ വീണപ്പോൾ എലി ചോദിച്ചു.

“വണ്ടേ നിനക്കെങ്ങനെ ഇത്ര വേഗത്തിൽ എന്നേക്കാൾ മുന്നേ ഇവിടെ എത്താൻ കഴിഞ്ഞു?”

“ഇവിടെ ആദ്യം എത്തണമെന്നല്ലേ പറഞ്ഞുള്ളൂ. ഞാൻ പറക്കുകയായിരുന്നു. ഇതാ എന്റെ ചിറകുകൾ കണ്ടോ?”

“നിനക്കങ്ങനെ പറക്കാൻ കഴിയുമെന്ന് ഞാൻ വിചാരിച്ചില്ല.”

തത്ത ഒരു തത്ത്വം പറഞ്ഞു.

“ആരുടെയും പുറത്തെ രൂപംകണ്ട് കഴിവുകൾ വിലയിരുത്തരുത്. എലി തോറ്റിരിക്കുന്നു ഈ മത്സരത്തിൽ. വണ്ടിന് സമ്മാനം ലഭിക്കും. ഏതു നിറമുള്ള കോട്ടാണ് വേണ്ടത്.

വണ്ട് തത്തയെ നോക്കി. തിളങ്ങുന്ന പച്ചനിറം. മുകളിലേക്കു നോക്കി. പച്ചനിറത്തിൽ നീങ്ങുന്ന പന. മാവിൻചുവട്ടിൽ പച്ച നിറമുള്ള മാങ്ങകളുടെ കവിളുകളിൽ സ്വർണ്ണനിറത്തിന്റെ തിളക്കം. പച്ചക്കുന്നിൻ ചരുവിൽ സൂര്യരശ്മികളുടെ സ്വർണ്ണത്തിളക്കം. ഒക്കെക്കണ്ട വണ്ട് തെരഞ്ഞെടുത്തത് പച്ചയിൽ സ്വർണ്ണത്തിളക്കമുള്ള നിറം.

അന്നുമുതൽ ബ്രസീലിലെ വണ്ടുകളുടെ നിറം സ്വർണ്ണത്തിളക്കമുള്ള പച്ചനിറമായിരുന്നു. വർഷങ്ങളോളം ബ്രസീലിലെ വണ്ടുകൾ ആ നിറത്തിൽ അഭിമാനിച്ചിരുന്നു.

ചില വണ്ടുകൾക്ക് ആ നിറത്തിൽ താല്പര്യം കുറഞ്ഞു. അവ ആകാശവും കടലും കണ്ടു. നീല നിറമായാൽ കൊള്ളാമെന്ന് വണ്ടുകൾ കൊതിച്ചു. അവരുടെ അമ്മ അവരെയുംകൂട്ടി തത്തയുടെ അടുത്തേക്കു ചെന്നു വിവരം പറഞ്ഞു.

“നിറം മാറുന്നത് പ്രശ്നമല്ല. പക്ഷേ, നിങ്ങളുടെ ചിലതൊക്കെ ഉപേക്ഷിക്കേണ്ടി വരും.”

തത്ത മുന്നറിയിപ്പു കൊടുത്തു. വണ്ടുകൾക്ക് സമ്മതമായി. വണ്ടുകൾ നിറംമാറി. നീലയിൽ നക്ഷത്രങ്ങളുടെ തിളക്കമുള്ള നിറമായപ്പോൾ അവയുടെ വളർച്ച നിന്നു. അന്നുമുതൽ നീല വണ്ടുകൾ ചെറുതായി തന്നെയിരുന്നു.

ബ്രസീൽ ദേശീയ പതാകയ്ക്ക് വണ്ടിന്റെ പച്ചനിറമാണ് സ്വീകരിച്ചത്. അതിൽ സ്വർണ്ണവർണ്ണത്തിലുള്ള ഒരു രത്നം. അതിനു ചുറ്റും നീല നിറത്തിലുള്ള ഒരു വൃത്തം ഭൂമിയെ സൂചിപ്പിക്കുന്നു. വൃത്തത്തിനു മുകളിൽ നക്ഷത്രങ്ങളുണ്ട് വണ്ടിന്റെ സൂചകമായി. വെള്ളയിൽ ‘സമാധാനം പുരോഗതി’ എന്ന മുദ്രാവാക്യവും ആലേഖനം ചെയ്തിട്ടുണ്ട്.

19

നദികളുടെ രാജകുമാരി

പണ്ട് പണ്ട് ചന്ദ്രന് മഹാനദിയിൽ താമസിക്കുന്ന ചന്ദ്രികയോട് ഇഷ്ടം തോന്നി. ചന്ദ്രികയ്ക്ക് ചന്ദ്രനെയും ഇഷ്ടമായി. അവർ വിവാഹം കഴിച്ചു. ചന്ദ്രൻ ചന്ദ്രികയ്ക്കുവേണ്ടി അത്ഭുതകരമായ ഒരു കൊട്ടാരം പണികഴിപ്പിച്ചു. മഹാനദി സമുദ്രത്തിൽ പതിക്കുന്നിടത്തായിരുന്നു കൊട്ടാരം. മുത്തുകൾകൊണ്ടുള്ള കൊട്ടാരത്തിൽ ഒരുപാട് കൊത്തുപണികൾ ഉണ്ടായിരുന്നു. അലങ്കാരത്തിനായി സ്വർണ്ണവും വെള്ളിയും മറ്റു പലതരം കല്ലുകളും ഉപയോഗിച്ചു. വിസ്മയകരമായ ആ വീട്ടിൽ സുഖകരമായിരുന്നു അവരുടെ താമസം.

അവർക്കൊരു മകൻ പിറന്നു. ചന്ദ്രൻ ഒരു കല്പന പുറപ്പെടുവിച്ചു. അവരുടെ മകളാണ് ഇനി മുതൽ എല്ലാവരുടെയും രാജ്ഞിയായിരിക്കുക എന്നതാണ് കല്പന. ഭരണകാര്യങ്ങളെല്ലാം മകളുടെ കീഴിലാണുണ്ടാവുക. അവളുടെ കണ്ണുകൾ ചന്ദ്രപ്രകാശം പോലെയാണ്. മഹാനദികൾക്കു തുല്യമായിരുന്നു അവളുടെ ശക്തി. മഹാനദിയുടെ ഒഴുക്കുപോലെ അവൾ നടന്നു.

സൂര്യൻ ചന്ദ്രപുത്രിയെ സ്നേഹിക്കാൻ വന്നു. സൂര്യന്റെ ശക്തിയിൽ അവൾക്കും കൗതുകം തോന്നി. കല്യാണം കഴിക്കാമോ എന്ന് സൂര്യൻ ആരാഞ്ഞു. കല്യാണം കഴിഞ്ഞാൽ സൂര്യന്റെ കൊട്ടാരത്തിലേക്ക് പോകാം.

"നിങ്ങളുടെ ശക്തിയും സൗന്ദര്യവും ഞാൻ ഇഷ്ടപ്പെടുന്നു. വേറാരെയും ഞാനിങ്ങനെ സ്നേഹിച്ചിട്ടില്ല. എന്റെ അമ്മയെയും ഞാൻ സ്നേഹിക്കുന്നു. എന്റെ അമ്മയെ വിട്ട് എങ്ങോട്ടും പോകാൻ എനിക്കു കഴിയുകയില്ല. എന്റെ ഹൃദയം പൊട്ടിപ്പോകും."

സൂര്യൻ വീണ്ടും വീണ്ടും സ്വന്തം സ്നേഹത്തെപ്പറ്റി പറഞ്ഞു. എത്തിച്ചേരാൻ പോകുന്ന കൊട്ടാരത്തെ വർണ്ണിച്ചു. ലഭിക്കാൻ പോകുന്നത് അത്യധികം സന്തോഷമുള്ള ജീവിതമാണ്. കൊട്ടാരത്തിലെ രാജ്ഞിയായിരിക്കും.

നിരവധി തവണ സൂര്യൻ നിർബ്ബന്ധിച്ചപ്പോൾ ആ വർഷത്തിൽ ഒമ്പതു മാസം വീടുവിട്ടു താമസിക്കാൻ തീരുമാനിച്ചു. എല്ലാവർഷവും മൂന്നുമാസം അമ്മയുടെ അടുത്തു വന്ന് താമസിക്കണം.

സൂര്യൻ ആ വ്യവസ്ഥ അംഗീകരിച്ചു. വിവാഹാഘോഷങ്ങൾ ഏഴുദിവസങ്ങൾ നീണ്ടുനിന്നു. രാജകുമാരി സൂര്യനോടൊപ്പം പോയി.

വ്യവസ്ഥപ്രകാരം മൂന്നുമാസം രാജകുമാരി അമ്മയെ സന്ദർശിച്ചു. മഹാനദി കടലിൽ പതിക്കുന്നിടത്തുള്ള മുത്തുകളുടെ കൊട്ടാരത്തിലാണ് അവൾ ആ സമയം കഴിഞ്ഞുവന്നത്. ആ മൂന്നുമാസങ്ങളിലും നദി യാത്രാവേളയിൽ പാട്ടുപാടി. നിറഞ്ഞ സന്തോഷത്തോടെ തടാകങ്ങൾ സൂര്യപ്രകാശത്തിൽ പ്രഭാതപൂരിതമായി.

നദികളുടെ രാജകുമാരിക്ക് ഒരു കുഞ്ഞുപിറന്നു. അമ്മയെ സന്ദർശിക്കേണ്ട അവസരത്തിൽ കുഞ്ഞിനെ എടുക്കണം. അതിന് സൂര്യൻ സമ്മതിച്ചില്ല. വീട്ടിൽനിന്നും കുഞ്ഞിനെ കൊണ്ടുപോകുന്നത് സൂര്യൻ അനുവദിച്ചില്ല. രാജകുമാരിയുടെ അപക്ഷേ സൂര്യൻ തള്ളിക്കളഞ്ഞു. ഗത്യന്തരമില്ലാതെ രാജകുമാരി ഒറ്റയ്ക്ക് അമ്മവീട്ടിലേക്ക് പോയി. അവളുടെ മനസ്സ് ദുഃഖംകൊണ്ട് നിറഞ്ഞിരുന്നു. മകളെ ഏല്പിച്ചത് ഏറ്റവും വിശ്വസ്തയായ പരിചാരികയെയാണ്.

ആ വർഷം രാജകുമാരി വരുമെന്ന് അമ്മയ്ക്ക് പ്രതീക്ഷയേ ഉണ്ടായിരുന്നില്ല. അതുകൊണ്ട് ഭൂമിയെ നനയ്ക്കാൻവേണ്ടി അമ്മ

പോയി. ഭൂമിയിലെ രാജാവ് അവളെ തടവുകാരിയാക്കുകയും ചെയ്തു.

രാജകുമാരി വരുമ്പോൾ കൊട്ടാരത്തിൽ ആരുമില്ല.

"അമ്മേ.....അമ്മേ....എവിടെയാണുള്ളത്?....അമ്മേ.....എവിടെയാ ഒളിച്ചിരിക്കുന്നത് അമ്മേ....?"

ഓരോ മുറിയിലും ഓടി ഓടി നോക്കിക്കൊണ്ട് രാജകുമാരി അമ്മയെ ഉറക്കെ വിളിച്ചു. അവളുടെ ശബ്ദം പ്രതിദ്ധ്വനിച്ചു. കൊട്ടാരം വിജനമായിരുന്നു.

അവൾ കൊട്ടാരത്തിനു പുറത്തേക്കോടി. മത്സ്യങ്ങളോട് അവൾ ചോദിച്ചു.

"മത്സ്യങ്ങളേ.....പ്രിയപ്പെട്ട മത്സ്യങ്ങളേ....എന്റെ സ്വന്തം അമ്മയെ നിങ്ങൾ എവിടെയെങ്കിലും കണ്ടോ?"

അമ്മയെ കണ്ടോ എന്ന് അവൾ പൂഴിയോടും ചോദിച്ചു. ആരും ഒന്നും പറഞ്ഞില്ല. അവളുടെ അമ്മയ്ക്ക് എന്തു സംഭവിച്ചെന്ന് ആർക്കും അറിയില്ലായിരുന്നു.

രാജകുമാരിക്ക് ഹൃദയം തകർന്നുപോകുമോ എന്നുതോന്നി. ഭൂമിയിൽ മുഴുവൻ ഓടി. ഒരു വിവരവും കിട്ടിയില്ല.

കാറ്റിന്റെ വീട്ടിലേക്കാണ് പിന്നെ ചെന്നത്. കാറ്റ് എവിടേക്കോ പോയിരുന്നു. പ്രായംചെന്ന പിതാവേ വീട്ടിൽ ഉണ്ടായിരുന്നുള്ളൂ. അമ്മയെ കാണാഞ്ഞ് വിഷമിക്കുന്ന അവളെ ആ പിതാവ് ആശ്വസിപ്പിച്ചു.

"എന്റെ മകൻ ജോലികഴിഞ്ഞുവരട്ടെ. ഞാൻ പറയാം. അവന് നിന്നെ സഹായിക്കാൻ കഴിയും."

അവളെ സുരക്ഷിതമായി ഒരു മുറിയിൽ ഇരുത്തി.

കാറ്റ് വീട്ടിലെത്തി. ദേഷ്യത്തിലായിരുന്നു വന്നത്. ചുറ്റും കൊടുങ്കാറ്റഴിച്ചുവിട്ടു അയാൾ. കാറ്റ് കുളിച്ച് ഭക്ഷണം കഴിഞ്ഞപ്പോൾ സമാധാന അന്തരീക്ഷമായി. പിതാവ് അവന്റെ അടുത്തുചെന്നു.

"മോനേ...ഒരു രാജകുമാരി വന്ന് നിന്നോട് ഒരു ചോദ്യം ചോദിച്ചാൽ നീ അവൾക്കുവേണ്ടി എന്തുചെയ്യും?"

"എനിക്കറിയാവുന്നതുപോലെ ഉത്തരം പറയും."

പിതാവ് മകനെയും കൂട്ടി രാജകുമാരിയുടെ അടുത്തേക്കു ചെന്നു.

ഉൽക്കണ്ഠയും ആധിയും വർദ്ധിച്ചിരിക്കുമ്പോഴും രാജകുമാരി സുന്ദരിയും ആകർഷണീയയുമായിരുന്നു. അഴകിനു മാറ്റു കൂട്ടുന്നു മുത്തുകൾ പിടിപ്പിച്ച വെള്ളിവസ്ത്രങ്ങൾ. ആദ്യദർശനത്തിൽത്തന്നെ കാറ്റിന് രാജകുമാരിയോട് ഏറെ ഇഷ്ടംതോന്നി.

കാറ്റിനെക്കണ്ട രാജകുമാരി എഴുന്നേറ്റു നിന്നു. അവൾ വന്ന കാര്യം പറഞ്ഞു.

"എനിക്ക് എന്റെ അമ്മയെ നഷ്ടമായി. ഭൂമിയിൽ എല്ലായിടത്തും ഞാൻ തിരക്കി. നിങ്ങളുടെ സഹായത്തിനാണു ഞാൻ വന്നത്. എന്റെ അമ്മ എവിടെയാണെന്ന് നിങ്ങൾക്കു പറയാൻ കഴിയുമോ?"

ആലോചനയ്ക്കുള്ള തൊപ്പിയണിഞ്ഞു കാറ്റ്. ഗാഢമായി ആലോചിച്ചശേഷം പറഞ്ഞു.

"നിന്റെ അമ്മയെ ഒരു ഭൂമി രാജാവ് തടവിലാക്കിയിരിക്കയാണ്. ഞാനതിനെപ്പറ്റി മനസ്സിലാക്കിക്കഴിഞ്ഞു. കഴിഞ്ഞ ദിവസമാണ് ഞാനാ വഴിവന്നത്. നിന്റെ ഒപ്പംപോയി അമ്മയെയും കൊണ്ടുവരുന്നതിന് എനിക്ക് സന്തോഷമേയുള്ളൂ. നമുക്ക് ഉടനെ പുറപ്പെടാം."

കാറ്റ് രാജകുമാരിയെയുംകൊണ്ട് വേഗംകൂടിയ കുതിരപ്പുറത്ത് യാത്രയായി. രാജകുമാരിയുടെ അമ്മയെ പാർപ്പിച്ച സ്ഥലത്തേക്ക് കൊടുങ്കാറ്റഴിച്ചുവിട്ടു. തകർന്നുവീണ കെട്ടിടത്തിനിടയിൽനിന്നും രാജകുമാരി അമ്മയെ പുറത്തേക്കു കൊണ്ടുവന്നു.

അമ്മയും മകളും കാറ്റിനു നന്ദിപറഞ്ഞു. അവർ മുത്തുകളുടെ കൊട്ടാരത്തിലേക്കു തിരിച്ചെത്തി. അപ്പോഴാണ് സൂര്യന്റെ കൊട്ടാരത്തിൽനിന്നും വന്നിട്ട് മൂന്നുമാസം കഴിഞ്ഞതായി രാജകുമാരി ഓർത്തത്. ഉടനെ അവൾ സൂര്യകൊട്ടാരത്തിലേക്ക് യാത്ര തിരിച്ചു.

മൂന്നുമാസം കഴിഞ്ഞതിനാൽ സൂര്യൻ പേടിച്ചിരിക്കയായിരുന്നു. അയാൾക്ക് ദേഷ്യവും വർദ്ധിച്ചു. കോപത്തോടെ അയാൾ വേറൊരു രാജകുമാരിയെ വിവാഹം ചെയ്തു. പുതിയ ഭാര്യ

കുഞ്ഞിനെ നോക്കിയിരുന്ന പരിചാരികയെ പറഞ്ഞുവിട്ടു. ഒരടിമയെപ്പോലെ അടുക്കള ജോലിക്ക് കുട്ടിയെ നിർത്തുകയും ചെയ്തു.

രാജകുമാരി സൂര്യകൊട്ടാരത്തിൽ വന്നപ്പോൾ മകനെ തിരിച്ചറിയാൻ നന്നേ ബുദ്ധിമുട്ടി. പെട്ടെന്നുതന്നെ എല്ലാക്കാര്യങ്ങളും അറിഞ്ഞു. അവൻ കുഞ്ഞിനെയുമെടുത്ത് കടലിൽ മറഞ്ഞു. അവൾ കടലിൽനിന്നു കരഞ്ഞു. കടൽ ഉയർന്നു തിരമാലകളായി സൂര്യനെ മറച്ചു. നാല്പതു ദിവസം സൂര്യന്റെ മുഖമേ കണ്ടില്ല.

രാജകുമാരിയുടെ മകൻ മഴയായി വളർന്നു. മഴക്കാലത്ത് മിന്നലും ഇടിയുമുണ്ടാകുന്നു. അമ്മയുടെ കരച്ചിലിന്റെ കണ്ണീരാണ് അവൻ ഭൂമിയിൽ വീഴ്ത്തുന്നത്.

20

വിശ്വസ്തത

അന്ധനായ ഒരു രാജാവുണ്ടായിരുന്നു. അദ്ദേഹത്തിന്റെ കാഴ്ച ശക്തി കിട്ടുവാൻവേണ്ടി ധാരാളം വൈദ്യന്മാരെ രാജാവ് കൊട്ടാരത്തിൽ വരുത്തി. ആരുടെ ശ്രമവും വിജയവും കണ്ടില്ല.

ഒരുദിവസം ഭിക്ഷ യാചിക്കുവാനായി ഒരു വൃദ്ധ കൊട്ടാരത്തിൽ വന്നു. അവർ കൊട്ടാരത്തിന്റെ കവാടത്തിലുള്ള പരിചാരകനോടു പറഞ്ഞു.

"അന്ധനായ രാജാവിനോട് ഒരു വാക്കു പറയുവാൻ ഞാൻ ആഗ്രഹിക്കുന്നു. അന്ധത മാറ്റുന്നതിനുള്ള യഥാർത്ഥ മരുന്ന് ഞാൻ കണ്ടെത്തിയിട്ടുണ്ട്."

പരിചാരകൻ വൃദ്ധയെയുംകൂട്ടി രാജാവിന്റെ അടുത്തെത്തിച്ചു. രാജാവ് സിംഹാസനത്തിലാണ് ഇരിക്കുന്നത്. തലയിൽ കിരീടം വച്ചിട്ടുണ്ട്. മുഖം പക്ഷേ, ശോകാർദ്രമായിരുന്നു. കൊട്ടാരത്തിന്റെ ജനലിലൂടെ സൂര്യപ്രകാശം കടന്നുവരുന്നത് അദ്ദേഹത്തിനു കാണാൻ കഴിയുന്നില്ല. സ്വർണ്ണവും വെള്ളിയുംകൊണ്ട് മനോഹരമായിട്ടുള്ള വസ്ത്രം അണിഞ്ഞ രാജ്ഞിയുടെ മുഖം കാണുന്നില്ല. രാജസദസ്സിൽ ഹാജരാക്കിയിട്ടുള്ള ആരെയും കാണുവാൻ കഴിയുന്നില്ല.

വൃദ്ധ മഹാരാജാവിനെ താണുവണങ്ങി.

"മഹാരാജാവേ....അങ്ങയുടെ നഷ്ടപ്പെട്ട കാഴ്ചശക്തി

തിരിച്ചു കിട്ടുവാൻ ഒരു കാര്യമേ ലോകത്തുള്ളൂ. മഹാഭൂമിയിലെ ജലാശയത്തിലെവെള്ളത്തിൽ കണ്ണുകൾ കഴുകിയാൽ അങ്ങയുടെ നഷ്ടപ്പെട്ട കാഴ്ച ശക്തിയുടൻ തിരിച്ചുകിട്ടും."

"എനിക്കെങ്ങനെയാണ് ആ വെള്ളം കിട്ടുക? മഹാഭൂമി എന്റെ രാജ്യത്തുനിന്നും വളരെയകലെയാണ്. അവിടേക്കുള്ള വഴിയും എനിക്കറിഞ്ഞുകൂടാ."

രാജ്ഞിയും രാജസദസ്സിലുള്ള എല്ലാവരും വൃദ്ധയുടെ മറുപടി കേൾക്കാൻ ജിജ്ഞാസുക്കളായി കാത്തുനിന്നു.

"മഹാരാജാവേ അതിനുവേണ്ടി ഒരു ശക്തമായ സൈന്യത്തെത്തന്നെ രൂപീകരിക്കേണ്ടിവരും. യാത്രയ്ക്ക് ഒരു നേതാവു വേണം. ധീരനായിരിക്കണം അയാൾ. നേതാവിന്റെ ശക്തി പ്രധാനമാണ്. രാജകുമാരനാവുന്നത് വളരെ ഉചിതമായിരിക്കും. ധാരാളം പ്രതിബന്ധങ്ങൾ തരണം ചെയ്യേണ്ടതുണ്ട്. കിഴുക്കാം തൂക്കായ പർവ്വതങ്ങൾ കടക്കണം. ഇടത്തോട്ടോ വലത്തോട്ടോ ശ്രദ്ധ പതറിപ്പോവാതെ മുന്നോട്ടു നീങ്ങുവാൻ രാജകുമാരനേ കഴിയൂ. അവിടെ ജലാശയത്തിന് ഒരു ഡ്രാഗൺ കാവൽ നില്ക്കുന്നുണ്ട്. ഡ്രാഗൺ ഉറങ്ങുമ്പോഴേ അങ്ങോട്ടു പോകാൻകഴിയൂ. പലരും ഇവിടെയെത്താൻ ശ്രമിച്ചിട്ടും പരാജയപ്പെട്ടിട്ടേയുള്ളൂ. ധീരനും വിവേകിയുമായ രാജകുമാരന് പർവ്വതത്തിന്റെ മുകളിലെത്താൻ കഴിഞ്ഞാൽ അവിടെ ഒരു വൃദ്ധയെക്കാണാം. അവർ പറഞ്ഞുതരും ഡ്രാഗൺ ഉറങ്ങുകയാണോ എന്ന്."

ആ വൃദ്ധ അവിടുന്നുടനെ നിഷ്ക്രമിച്ചു. രാജാവ് സ്ത്രീയുടെ ഉപദേശത്തെക്കുറിച്ച് ആലോചിച്ചുനോക്കി. മൂന്നു രാജകുമാരന്മാരെയും വിളിച്ചുവരുത്തി. അവരോട് കാര്യങ്ങൾ പറഞ്ഞു.

മൂത്തമകൻ ഉടൻ ദൗത്യമേറ്റെടുക്കാൻ തയ്യാറായി.

"പിതാവേ.....ഞാൻ പോയി ആ ജലം കൊണ്ടുവരാം."

രാജകുമാരനു സഹായമായി ഒരു സൈന്യത്തെ അയയ്ക്കാൻ രാജാവ് കല്പിച്ചു. അവരുടെ ചെലവിലേക്കായി പണം അനുവദിച്ചു. യാത്രയ്ക്കുള്ള ഒരുക്കങ്ങളിൽ കൊട്ടാരം മുഴുവൻ വ്യാപൃതമായി.

കൊട്ടാരത്തിലെ ഉദ്യാനത്തിൽ ഒരു നാരകമരം നട്ട് രാജകുമാരൻ അനിയനെ വിളിച്ചു പറഞ്ഞു:

"ഈ മരം എപ്പോഴും ശ്രദ്ധിക്കണം. ഇതിന്റെ ഇലകൾ വീഴുന്നതായി കണ്ടാൽ എനിക്ക് ഏതോ പിശാചിന്റെ ഉപദ്രവമുണ്ടായിട്ടുണ്ടെന്ന് മനസ്സിലാക്കണം. സഹായത്തിനു വരണം."

വലിയൊരു സൈന്യത്തിന്റെ അകമ്പടിയോടെ മൂത്തമകൻ യാത്ര പുറപ്പെട്ടു. ധാരാളം സ്വർണ്ണവുമായിട്ടാണ് യാത്ര. വഴിയിൽ പലയിടത്തും ചൂതാട്ടു കേന്ദ്രങ്ങൾ ഉണ്ടായിരുന്നു. ചൂതാട്ടത്തിൽ അത്യധികം താല്പര്യമുണ്ടായിരുന്നു രാജകുമാരന്. പർവ്വതത്തിനു മുകളിലുള്ള മഹാഭൂമിയിൽ എത്തുന്നതിനുമുന്നേ സ്വർണ്ണമൊക്കെ അയാൾക്ക് നഷ്ടമായി.

കുത്തനെയുള്ള പർവ്വതത്തിന്റെ അടുത്തെത്തി. വെള്ളം ശേഖരിക്കാനുള്ള പാത്രവുമായി ഇടംവലം നോക്കാതെ അയാൾ പർവ്വതം കയറിത്തുടങ്ങി. വശങ്ങളിൽനിന്ന് പലതരത്തിലുള്ള ഭീകരശബ്ദങ്ങൾ കേട്ടു. കൺകോണുകളിലൂടെ പല രൂപങ്ങളും കാണുന്നുണ്ട്. ഇരുവശങ്ങളിലേക്ക് നോക്കരുത് എന്നകാര്യം മറന്നുപോയി. കണ്ണൊന്ന് വശത്തേക്ക് തിരിഞ്ഞതും ഒരു വലിയ രൂപം അയാളെ പിടിച്ചു.

"നീയിനി എല്ലാക്കാലവും എന്റെ തടവുകാരനാണ്. മോചിപ്പിക്കണമെങ്കിൽ പകരം സ്വർണ്ണം തരണം."

രാജകുമാരന്റെ കൈയിൽ പണമില്ല.

കൊട്ടാരത്തിലെ തോട്ടത്തിൽ നട്ട നാരകമരത്തിന്റെ ഇലകൾ വീണു തുടങ്ങി. അനിയൻ ഉടൻതന്നെ അതു ശ്രദ്ധിച്ചു. അനിയൻ പിതാവിന്റെ മുന്നിൽച്ചെന്നു പറഞ്ഞു.

"പിതാവേ ജ്യേഷ്ഠൻ അപകടത്തില്പെട്ടതായി ഞാൻ മനസ്സിലാക്കുന്നു. സഹായത്തിനുവേണ്ടി ഉടനെ പോകണം."

രണ്ടാമത്തെ പുത്രന്റെ യാത്രയ്ക്കു വേണ്ടി ഉടൻ സൈന്യത്തെ ഏർപ്പാടാക്കി. യാത്രയ്ക്കുവേണ്ട ഒരുക്കങ്ങളിൽ കൊട്ടാരത്തിലെ എല്ലാവരും ഒത്തൊരുമയോടെ പ്രവർത്തിച്ചു. മൂത്തമകന്റെ കൈവശം കൊടുത്തതിലേറെ സ്വർണ്ണം അവനു കൊടുത്തു.

യാത്രാവേളയിലുള്ള നിരവധി ഉത്സവങ്ങളിൽ പങ്കെടുത്തുകൊണ്ടാണ് രണ്ടാമത്തെ രാജകുമാരന്റെ യാത്ര. പർവ്വതത്തിനടുത്തെത്തുമ്പോഴേക്ക് സ്വർണ്ണമെല്ലാം തീർന്നുപോയി.

ഏറ്റവും ഇളയരാജകുമാരൻ തോട്ടത്തിലെ നാരകമരം വളരെ ശ്രദ്ധയോടെ പരിപാലിച്ചുപോന്നു.

രാജകുമാരൻ പർവ്വതത്തിനടുത്തെത്തി. നേരെ മുന്നോട്ടു നോക്കി പർവ്വതത്തിലേക്കു കയറിത്തുടങ്ങി. ഇരുവശത്തുനിന്നും പല ശബ്ദങ്ങളും കേട്ടു. അതൊന്നും അയാൾ ശ്രദ്ധിച്ചില്ല. മുന്നിലേക്കു മാത്രം ശ്രദ്ധിച്ചു. എന്നാൽ കുറച്ചു കഴിഞ്ഞപ്പോൾ ജ്യേഷ്ഠന്റെ കരച്ചിൽകേട്ടു. ആരോ ജ്യേഷ്ഠനെ അടിക്കുന്നുണ്ട്. മറ്റെല്ലാം മറന്ന രാജകുമാരൻ നിലവിളികേട്ട ഭാഗത്തേക്ക് നോക്കി.

തത്സമയം ഒരു ഭീമാകാരൻ രാജകുമാരനെ പിടിച്ചുനിർത്തി.

"നീ ഇനി മുതൽ എന്റെ അടിമയാണ്. നിന്നെ വിട്ടുതരണമെങ്കിൽ ആവശ്യത്തിനുള്ള സ്വർണ്ണം കിട്ടണം."

കൊട്ടാരത്തിലെ തോട്ടത്തിൽ ഇളയ അനുജൻ നാരകമരം സൂക്ഷിക്കുന്നുണ്ടായിരുന്നു. അതിലെ ഇലകൾ വാടിവീഴുന്നത് അവന്റെ ശ്രദ്ധയില്പെട്ടു. അവൻ ഉടനെ പിതാവിന്റെ അടുത്തേക്കോടി.

"പിതാവേ........ ജ്യേഷ്ഠൻ അപകടത്തിൽ പെട്ടിട്ടുണ്ട്. ഉടനെ ഞാൻ പോവുകയാണ്. ജ്യേഷ്ഠനെ സഹായിക്കണം."

"മോനേ...... നീ വെറും കുഞ്ഞാണ്. നിന്റെ മൂത്തവർ രണ്ടു പേരും പരാജയപ്പെട്ടിടത്ത് നിനക്കെങ്ങനെയാണ് സഹായിക്കാൻ കഴിയുക? നിന്നെ പറഞ്ഞയക്കാനുള്ള ധൈര്യം എനിക്കില്ല. ഇനിയെനിക്ക് നീ മാത്രമേയുള്ളൂ. എന്റെ ശേഷകാലം അന്ധനായിത്തന്നെ കഴിഞ്ഞുകൊള്ളാം. മഹാഭൂമിയിലെ ജലത്തെക്കുറിച്ചുള്ള ആ വയസ്സായ സ്ത്രീയുടെ കഥ വെറുതെയാ ഞാൻ വിശ്വസിച്ചുപോയത്."

രാജകുമാരൻ അതുകൊണ്ടൊന്നും പിന്മാറിയില്ല. മകന്റെ അപേക്ഷ തിരസ്കരിക്കാൻ കഴിയാതെ വന്നു. കൂടുതൽ സ്വർണ്ണം രാജാവ് മകനെ ഏല്പിച്ചു. യാത്രയ്ക്കുള്ള ഒരുക്കങ്ങളെല്ലാം ചെയ്തു.

ധീരമായ ഹൃദയത്തോടെയാണ് രാജകുമാരൻ പുറപ്പെട്ടത്. ചൂതാട്ടു കേന്ദ്രങ്ങളും ഉത്സവാഘോഷങ്ങളും വഴിയിൽ പലയിടത്തും ഉണ്ടായിരുന്നു. അവൻ അതൊന്നും ശ്രദ്ധിക്കാതെ മഹാഭൂമിയിലേക്ക് എത്താനുള്ള പർവ്വതത്തിനുമുന്നിൽ എത്തിച്ചേർന്നു.

പർവ്വതത്തിനു മുകളിൽ കയറുന്നതിനും മുന്നേ രാജകുമാരൻ മുൻകരുതലെടുത്തു. ചെവിയിൽ പഞ്ഞി തിരുകിവച്ചു. വെള്ളമെടുക്കാനുള്ള പാത്രം തലയിൽ ശ്രദ്ധയോടെ വച്ചു. ഇടത്തോട്ടോ വലത്തോട്ടോ നോക്കാതെ നേരെ മുകളിലേക്കു കയറാൻ തുടങ്ങി. വഴിയിൽ ചിലേടത്ത് ഭീമാകാരന്മാർ ഉള്ളതായി കടക്കണ്ണിലൂടെ കാണുന്നുണ്ട്. ചില വിളികളുടെ നേരിയ ഒച്ചയും കേൾക്കുന്നു. കൂർത്ത കല്ലുകളുള്ള വഴികളിലൂടെ ഇടംവലം നോക്കാതെ അവൻ നടന്നു. അവന്റെ മൂത്ത സഹോദരന്മാർ ഉറക്കെ കരയുന്നുണ്ടായിരുന്നു. അവൻ അതൊന്നും കേട്ടില്ല.

മലയുടെ മുകളറ്റത്ത് ജലാശയം കണ്ണില്പെട്ടു. അതിനടുത്തെത്തുംമുമ്പെ ഒരു വൃദ്ധയെ കണ്ടു. അവർ അവന്റെ ചെവിയിലെ പഞ്ഞി എടുത്തുമാറ്റി, വൃദ്ധ പറഞ്ഞു.

“നല്ല സമയത്താണ് വന്നത്. ഡ്രാഗൺ ഉറങ്ങുകയാണ്.”

അവൻ പാത്രത്തിൽ വെള്ളം നിറച്ചു. വൃദ്ധയും സഹായിച്ചു.

“ആ ഡ്രാഗൺ രൂപംമാറിയ ഒരു രാജകുമാരിയാണ്. ഈ സ്ഥലത്തെത്താൻ അതുവരെ ഒരു രാജകുമാരനും ധൈര്യം ഉണ്ടായിട്ടില്ല. ഇനി ഒരു വർഷം കഴിയുമ്പോൾ അവൾക്ക് പൂർവ്വരൂപം തിരിച്ചുകിട്ടും. ആ സമയത്ത് ഇവിടെ വന്ന് അവളെ ഭാര്യയാക്കി കൊണ്ടുപൊയ്ക്കൊള്ളൂ.”

വൃദ്ധ രാജകുമാരന് ഒരു മോതിരം സമ്മാനിച്ചു. രാജകുമാരൻ കൈയിൽനിന്നും ഒരു മോതിരം ഊരി വൃദ്ധയ്ക്കും കൊടുത്തുകൊണ്ട് പറഞ്ഞു.

“ഡ്രാഗൺ രാജകുമാരിയായി രൂപാന്തരം സംഭവിച്ചുകഴിഞ്ഞാൽ ഈ മോതിരം അവളെ അണിയിക്കണം. ഒരു വർഷം കഴിയുമ്പോൾ ഞാൻ ഇവിടേക്ക് വീണ്ടും വരും. തീർച്ച.”

അവൻ മടക്കയാത്ര ആരംഭിച്ചു. കുത്തനെയുള്ള ഇറക്ക

മാണ്. വളരെവളരെ ശ്രദ്ധിച്ചാണ് അവൻ ഇറങ്ങുന്നത്. പകുതി വഴിയായപ്പോൾ കരഞ്ഞുകൊണ്ടു നില്ക്കുകയാണ് ജ്യേഷ്ഠന്മാർ. അവർ അവനെ വിളിച്ചു പറഞ്ഞു.

"അനിയാ നീ വിജയിച്ചു. നിനക്ക് പാത്രം നിറയെ മഹാഭൂമിയിലെ വെള്ളം കിട്ടി. നിന്റെ കൈവശം സ്വർണ്ണമുണ്ടെങ്കിൽ ഞങ്ങൾക്കുപകരമായി സ്വർണ്ണം കൊടുക്കൂ. ഞങ്ങൾ നിന്റെകൂടെ കൊട്ടാരത്തിലേക്കു വരട്ടെ."

ദയനീയമായിരുന്നു അവരുടെ ശബ്ദം.

"എന്റെ കൈവശം സ്വർണ്ണമുണ്ട്. പിതാവു നല്കിയ സ്വർണ്ണം മുഴുവൻ കൈവശമുണ്ട്. നിങ്ങൾക്ക് ഉപകരിക്കുന്നതാണെങ്കിൽ അത് നിങ്ങളുടേതാണ്."

ഇളയ അനിയൻ പണംകൊടുത്ത് ജ്യേഷ്ഠന്മാരെ മോചിപ്പിച്ചു. മൂന്നുപേരുംകൂടി യാത്ര തുടർന്നു. പുഴ കടന്നുവേണം സ്വന്തം രാജ്യത്തിലെത്താൻ. ജ്യേഷ്ഠന്മാർക്ക് അനിയന്റെ വിജയത്തിൽ അസംതൃപ്തി തോന്നി. ഏറ്റവും ഇളയവൻ ജയിച്ചുവെന്ന് രാജാവറിഞ്ഞാൽ കുറച്ചിലാണ്. അവർ രണ്ടുപേരും കൂടി ഒരു തീരുമാനത്തിലെത്തി. ഇളയ അനിയനെ പുഴയുടെ തീരത്ത് ഉപേക്ഷിച്ചിട്ടു പോവുക.

അവർക്ക് പുഴ കടക്കണമെങ്കിൽ രാവിലെയാവണം. രാത്രിയാണ് അവിടെ എത്തിയത്. മൂന്നുപേരും പുഴക്കരയിൽ ഉറങ്ങാൻ കിടന്നു. അനിയനെ അവിടെ ഉപേക്ഷിച്ചിട്ട് ജ്യേഷ്ഠന്മാർ പുഴ കടന്നു.

ഒറ്റപ്പെട്ടുപോയ അനിയൻ ഒരുമീൻപിടിത്തക്കാരന്റെ വീട്ടിൽ അഭയംതേടി.

മഹാഭൂമിയിലെ ജലാശയത്തിലെ വെള്ളത്തിൽ മുഖം കഴുകിയപ്പോൾ രാജാവിന്റെ കാഴ്ച തിരിച്ചുകിട്ടി. രണ്ടു രാജകുമാരന്മാരെയും കൊട്ടാരത്തിലുള്ളവരും മറ്റുള്ളവരും അഭിനന്ദിച്ചു. രാജാവും രാജ്ഞിയും ഇളയമകനെ കാണാഞ്ഞ് ദുഃഖിതരായി. അവൻ തിരിച്ചെത്തും എന്നു തന്നെയായിരുന്നു അവരുടെ പ്രതീക്ഷ.

ഒരു വർഷം വളരെപ്പെട്ടെന്നു കഴിഞ്ഞുപോയി. ഡ്രാഗൺ പൂർവ്വസ്ഥിതിയിലായി. മനോഹരിയായ ഒരു രാജകുമാരി.

വൃദ്ധയും സുന്ദരിയും രാജകുമാരന്റെ വരവുംകാത്ത് നില്പായി. സമയം വൈകുന്നു.

"ഏതോ പിശാചിന്റെ കൈ ആ കുട്ടിയുടെമേൽ വീണിട്ടുണ്ട്. വാക്കുതെറ്റിക്കാത്ത കുട്ടിയാണതെന്ന് എനിക്ക് ഉറപ്പുണ്ട്. നമുക്ക് അന്വേഷിക്കാം."

വൃദ്ധ പറഞ്ഞു. അവർ രാജകുമാരന്റെ കൊട്ടാരത്തിലേക്കു പുറപ്പെട്ടു. രാജകുമാരി മോതിരമണിയാൻ മറന്നില്ല.

കൊട്ടാരത്തിലെത്തിയ അവരിൽനിന്നും രാജാവ് കഥകൾ കേട്ടു. വഞ്ചനചെയ്ത രാജകുമാരന്മാരെ വിളിപ്പിച്ചു. അവർ കുറ്റം ഏറ്റുപറഞ്ഞു. അവർ തടവറയിൽ അടയ്ക്കപ്പെട്ടു. കൊട്ടാരവാസികൾക്ക് മുഴുക്കെ അവരോട് ദേഷ്യമായി.

രാജാവും രാജ്ഞിയും സേനയും ഇളയപുത്രനെ ഉപേക്ഷിച്ച സ്ഥലത്തേക്കു നീങ്ങി. വൃദ്ധയും രാജകുമാരിയും അവരുടെ ഒപ്പംചേർന്നു. വളരെ സമയത്തെ അന്വേഷണത്തിനൊടുവിൽ മീൻപിടിത്തക്കാരനെയും രാജകുമാരനെയും കണ്ടെത്തി.

മകനെ കണ്ടെത്തിയ സന്തോഷത്തിൽ രാജാവും രാജ്ഞിയും കരഞ്ഞുപോയി. മീൻപിടിത്തക്കാരൻ അത്ഭുതപ്പെട്ടുപോയി. കഴിഞ്ഞ ഒരു വർഷംമുഴുവൻ നിലത്ത് കീറപ്പായിൽ കിടന്നുറങ്ങുകയും തന്നോടൊപ്പം പണിയെടുക്കുകയും ചെയ്തത് രാജകുമാരനായിരുന്നെന്ന വിവരം അയാളെ ഞെട്ടിച്ചു.

"രാജകുമാരനായാലും അല്ലെങ്കിലും എന്റെകൂടെ പ്രവർത്തിച്ച ഏറ്റവും വിശ്വസ്തനാണിവൻ."

രാജാവിന് ഒരു സംശയവും ഉണ്ടായില്ല രാജകുമാരനു രാജ്യഭാരം ഏല്പിച്ചു കൊടുക്കാൻ. ഡ്രാഗൺ രൂപാന്തരംപ്രാപിച്ച രാജകുമാരിയെ അവന്റെ ഭാര്യയായി സ്വീകരിച്ചു. രാജാവ് അവരെ അനുഗ്രഹിച്ചു.

21

വയലിൻ വായിക്കുന്ന കുട്ടി

പണ്ട് ഒരാൾക്ക് ഒറ്റമകനേ ഉണ്ടായിരുന്നുള്ളൂ. അയാളുടെ മരണശേഷം അവൻ ഒറ്റയ്ക്കായി. അവന് ലോകത്തിൽ വേറൊരാളും ഉണ്ടായിരുന്നില്ല. അവന് സ്വത്തുക്കളുണ്ടായിരുന്നത് ഒരു പൂച്ച, ഒരുനായ, ഒരു കഷണം ഭൂമി, അതിൽ കുറച്ച് ഓറഞ്ചു മരങ്ങൾ എന്നിവയാണ്. അവൻ നായയെ അയല്ക്കാരനുകൊടുത്തു. ഭൂമിയും ഓറഞ്ചുമരങ്ങളും വിറ്റു.

ഒരു വയലിൻ വാങ്ങണമെന്നത് അവന്റെ വലിയ ആഗ്രഹമായിരുന്നു. സ്വത്തുവിറ്റുകിട്ടിയ പണംകൊണ്ട് അവൻ വയലിൻ വാങ്ങി. അച്ഛനുണ്ടായിരുന്നപ്പോൾ സംസാരിച്ചിരുന്നത് അച്ഛനോടു മാത്രമാണ്. അച്ഛന്റെ മരണത്തോടെ സംസാരിക്കാൻ ആരുമില്ലാതായി. എന്തും വയലിനോടാണ് പറയുന്നത്. വയലിന്റെ മറുപടി ഏറ്റവും മധുരമായ സംഗീതമായിരുന്നു.

അവൻ രാജാവിന്റെ ആടുകളെ നോക്കുന്ന ജോലിക്കുവേണ്ടി ചെന്നു. ധാരാളം ആട്ടിടയന്മാർ ഉള്ളതുകൊണ്ട് ജോലിക്ക് ആളെ വേണ്ടതില്ല എന്നു പറഞ്ഞ് ഒഴിവാക്കി. കുട്ടി വയലിനുമെടുത്ത് കാട്ടിനുള്ളിലേക്ക് നടന്നു. അവിടെയിരുന്ന് അവൻ വയലിനിൽ പാട്ടുപാടി. ആട്ടിടയന്മാർ ആ പാട്ടുകേട്ടു. ആരാണതു ചെയ്യുന്നതെന്ന് അവർക്കറിയില്ല. ആടുകളും പാട്ടുകേട്ടു. പാട്ടു

കേട്ട ദിക്കിലേക്ക് ആടുകൾ നടന്നു. അവ എത്തിച്ചേർന്നത് വയലിൻ വായിക്കുന്ന കുട്ടിയുടെ അടുത്താണ്. അവന്റെകൂടെ അവന്റെ പൂച്ചയും ഉണ്ടായിരുന്നു.

ആടുകൾ കാട്ടിനുള്ളിൽ പോയതുകൊണ്ട് ആട്ടിടയന്മാർക്ക് പ്രയാസമായി. ആടുകളെ തിരികെക്കൊണ്ടുവരാൻ അവരും പിന്നാലെ ചെന്നു. എന്നാൽ എവിടെനിന്നാണ് പാട്ടുകേൾക്കുന്നതെന്ന് അവർക്ക് തിരിച്ചറിയാൻ കഴിഞ്ഞില്ല. പാട്ടുകേൾക്കുന്നു എന്നു തോന്നുന്ന ഭാഗത്തേക്ക് നടക്കുമ്പോൾ എതിർ ദിശയിൽനിന്നാവും കേൾക്കുക. ഏതു ദിക്കിലേക്കു പോകണമെന്നറിയാതെ അവർ അന്തംവിട്ടുനിന്നു.

ആടുകൾ പാട്ടുകേട്ടുനില്ക്കുന്നതുകണ്ട് കുട്ടി സന്തോഷിച്ചു. അവന്റെ സംഗീതം ആഹ്ലാദകരമായിരുന്നു. കൂടുതൽ കൂടുതൽ ആനന്ദപ്രദമായപ്പോൾ പൂച്ച നൃത്തംചെയ്യാൻ തുടങ്ങി. അതുകണ്ട് ആടുകളും നൃത്തംചെയ്യാൻ തുടങ്ങി.

ഒരുപറ്റം കുരങ്ങന്മാർ അതുവഴി പോവുകയായിരുന്നു. അവ പാട്ടുകേട്ടു. ഉടനെതന്നെ കുരങ്ങന്മാർ നൃത്തമാരംഭിച്ചു. കുരങ്ങന്മാരുടെ ശബ്ദം ഉയർന്നപ്പോൾ സംഗീതം കേൾക്കാതായി. ഒച്ചയുണ്ടാക്കാതെ നൃത്തം ചെയ്യണമെന്ന് കുട്ടി ആവശ്യപ്പെട്ടു. കുരങ്ങന്മാർ ഒച്ച കുറച്ചു.

നീർപ്പന്നി പാട്ടുകേട്ട് അവിടേക്കു വന്നു. അതിന് വെറുതെ നില്ക്കാൻ കഴിഞ്ഞില്ല. അതും നൃത്തക്കാരുടെ കൂടെ കൂടി.

മുള്ളൻപന്നിയും പാട്ടുകേട്ടുവന്നു. അതിനും നൃത്തം ചെയ്യാതിരിക്കാൻ പറ്റിയില്ല. ഒരു ചെറിയകൂട്ടം മാനുകളും പാട്ടുകേട്ടെത്തി. അവ മാറിനിന്നില്ല. അക്കൂട്ടത്തിൽ പിന്നെയെത്തിയത് ഉറുമ്പുതീനിയാണ്. കാട്ടുപൂച്ചയും നരിയും നൃത്തസംഘത്തിൽ പെട്ടു. ആടും മാനും പേടിച്ചുപോയി. എങ്കിലും അവർ നേരത്തേയുള്ളതുപോലെതന്നെ നൃത്തം ചെയ്തുകൊണ്ടിരുന്നു. നരിയും കാട്ടുപൂച്ചയും മറ്റുള്ളവരെ ശ്രദ്ധിച്ചതേയില്ല. ശ്രദ്ധ മുഴുവൻ നൃത്തത്തിലാണ്. മരങ്ങളിൽ ചുറ്റിനിന്ന പാമ്പുകൾ കാലുകൾ ഉണ്ടായിരുന്നെങ്കിലെന്ന് ആശിച്ചുപോയി. പക്ഷികൾ നൃത്തംചെയ്യാൻ ശ്രമിച്ചതാണ്. പറ്റാതെ വന്നപ്പോൾ പറന്നു കളി

ച്ചു. കാട്ടിലുണ്ടായിരുന്ന ജന്തുക്കളെല്ലാം ആ സന്തോഷത്തിൽ പങ്കാളികളായി.

നൃത്തംചെയ്തുകൊണ്ട് ആ ജന്തുക്കളെല്ലാം നീങ്ങിക്കൊണ്ടിരുന്നു. അവർ ഒരു ഭീമന്മാരുടെ രാജ്യാതിർത്തിയിലെത്തി. രാജ്യത്തിന്റെ ചുറ്റുമുള്ള മതിലിന്മേൽ നിന്നിരുന്ന ഭീമാകാരന്മാർക്ക് ചിരിവന്നു. അവർ ചിരിച്ച് ചിരിച്ച് നിലത്തുവീണു. അയാൾ അവരെ രാജാവിന്റെ അടുത്തെത്തിച്ചു. രാജാവ് ചിരിച്ച് ചിരിച്ച് കിരീടം നിലത്തുവീണു. രാജാവിന്റെ ചിരി ഭൂമിയെ പിടിച്ചുകുലുക്കി. ഭീമാകാരന്മാരുടെ രാജാവ് ചിരിച്ച് കുലുങ്ങിയതുപോലെ ഭൂമി വേറൊരിക്കലും കുലുങ്ങിയിട്ടില്ല. സാധാരാണ രാജാവിന്റെ ദേഷ്യം പിടിച്ച ശബ്ദമാണ് കേൾക്കാറുള്ളത്. എന്താണ് സംഭവിച്ചതെന്ന് ജനങ്ങൾക്ക് മനസ്സിലായില്ല. ആ രാജാവിനൊരു മകളുണ്ട്. ഒരിക്കലും ചിരിച്ചിട്ടില്ലവൾ. പലരും ശ്രമിച്ചതാണ് അവളെ ചിരിപ്പിക്കാൻ. ആർക്കും സാധിച്ചില്ല.

രാജാവ് മകളെ ആ കാഴ്ച കാണിച്ചു. അവളുടെ ചുണ്ടിൽ പുഞ്ചിരി വിരിഞ്ഞു. അത് പൊട്ടിച്ചിരിയായി. രാജാവിനും ജനങ്ങൾക്കും തൃപ്തിയായി.

രാജാവ് വയലിൻ വായിക്കുന്ന കുട്ടിയുടെ അടുത്തുചെന്നു പറഞ്ഞു.

"എന്റെ രാജ്യത്തിന്റെ പകുതിഭാഗം നിനക്കുള്ളതാണ്. എന്റെ മകളെ ചിരിപ്പിക്കുന്ന ആൾക്കു കൊടുക്കുമെന്ന് ഞാൻ വാഗ്ദാനം ചെയ്തതാണത്."

അതിനുശേഷം അനുവദിച്ച പകുതി രാജ്യത്തിന്റെ അധികാരിയായി ആ കുട്ടി. അവന് രാജ്യംഭരിക്കാൻ ഒരു പ്രയാസവും ഉണ്ടായിരുന്നില്ല. വയലിൻ വായിച്ച് പാട്ടുകേൾപ്പിച്ചാൽ പിന്നെ കുട്ടി പറയുന്നതെന്തും എല്ലാവരും അനുസരിക്കും.

ആ രാജ്യത്ത് കുട്ടിയുടെ കൂടെവന്ന മൃഗങ്ങളെല്ലാം സ്ഥിരമായി താമസിച്ചു. അവയെല്ലാം ഭീമാകാരമായി വളർന്നു. എന്നാൽ കുട്ടിയും വയലിനും മാത്രം അതേ വലുപ്പത്തിൽ നിലനിന്നു.

21

അമ്മയും മകനും

പണ്ട് ഒരാൾ ഭാര്യയെയും ചെറിയ മകനെയുംകൊണ്ട് വീടുണ്ടാക്കാൻവേണ്ടി കാട്ടിൽ പോയി. ചെളികൊണ്ട് അയാൾ ഒരു വീടുണ്ടാക്കി. കാട്ടിലെ പുല്ലുകൊണ്ട് മേല്ക്കൂര മേഞ്ഞു. ഭക്ഷണത്തിന് കാട്ടിലെ പഴങ്ങളും മൃഗങ്ങളുടെ ഇറച്ചിയുമായിരുന്നു. സന്ന്യാസിമാരെപ്പോലെ ആരും കാണാതെ അവർ കാട്ടിൽ കഴിച്ചുകൂട്ടി.

മകൻ വളർന്നു. ആരോഗ്യമുള്ള ഒരു വലിയ കുട്ടിയായി. അച്ഛനിൽനിന്നും കാടിന്റെ രഹസ്യങ്ങളെല്ലാം പഠിച്ചു. ശരീരശക്തിയോടൊപ്പം വിവേകവും ഉണ്ടായിരുന്നു. അമ്മയിൽനിന്നും അവൻ കഥകൾ കേട്ടു. പട്ടണത്തിൽ ജീവിച്ചിരുന്ന അവരുടെ പഴയ കാലത്തെക്കുറിച്ച് അമ്മയിൽനിന്നാണ് അവൻ അറിഞ്ഞത്. അച്ഛൻ അടുത്തില്ലാത്ത സമയത്ത് അമ്മയുടെ അടുത്തിരുന്നാൽ പഴയ സംഭവങ്ങളെല്ലാം അവർ പറഞ്ഞുകൊടുക്കും.

ഒരുദിവസം വേട്ടയ്ക്കുപോയി തിരിച്ചുവന്ന അച്ഛനോട് അവൻ പറഞ്ഞു:

“അച്ഛാ, ഈ കാട്ടിൽ നമ്മൾ മാത്രമായി ജീവിച്ച് എനിക്കു മടുത്തു. നമുക്ക് പട്ടണത്തിലേക്ക് തിരിച്ചുപോകാം.”

“നിന്റെ അമ്മ പറഞ്ഞിട്ടുണ്ടാകും. ഇനിയൊരിക്കൽപ്പോലും പട്ടണത്തെപ്പറ്റി അമ്മ നിന്നോട് മിണ്ടിപ്പോകരുത്. പട്ടണത്തി

ലേക്ക് തിരിച്ചുപോകുന്നതിനെപ്പറ്റി നീയും എന്നോട് പറയാൻ പാടില്ല. നമ്മുടെ ജീവൻ രക്ഷിക്കാൻ വേണ്ടിയാണ് പട്ടണം ഉപേക്ഷിച്ചത്."

അവൻ അച്ഛന്റെകൂടെ വേട്ടയ്ക്കു പോകാൻ തുടങ്ങി. അമ്മയിൽനിന്നും ഇഷ്ടപ്പെട്ട കഥകൾ കേൾക്കാനുള്ള അവസരം നഷ്ടമായി. രാത്രി അവൻ അമ്മ പറഞ്ഞ കഥകൾ ഓർമ്മിച്ചു. കാട്ടിലും ശക്തമായ കാറ്റും മൃഗങ്ങളുടെയും മറ്റും ശബ്ദവും അവന്റെ ഉറക്കംകെടുത്തി. കുടിലിലെ പായയിൽ എഴുന്നേറ്റിരുന്ന് അവൻ രാത്രികൾ തള്ളിനീക്കി.

അച്ഛന് പെട്ടെന്നാണ് പനി പിടിച്ചത്. അത് മരണത്തിൽ അവസാനിക്കുകയും ചെയ്തു. അമ്മയും മകനും മാത്രമായി കാട്ടിൽ. അവൻ അമ്മയോട് അപേക്ഷിച്ചു.

"അമ്മേ നമുക്ക് പട്ടണത്തിലേക്കു പോകാം. ഈ കാട്ടിൽ ഇങ്ങനെ ഒറ്റയ്ക്ക് കഴിയുന്നതെന്തിനാണ്...... അമ്മ പറഞ്ഞുതന്നിട്ടില്ലേ ഉത്സവങ്ങളും മത്സരങ്ങളും നൃത്തവും പാട്ടുമൊക്കെയുള്ള പട്ടണത്തെപ്പറ്റി. എനിക്കവിടുത്തെ ജീവിതം വേണം."

പട്ടണത്തിലുള്ള ജീവിതത്തിലേക്ക് തിരിച്ചുപോകണമെന്ന് അമ്മ ഒരിക്കലും ആഗ്രഹിച്ചിട്ടില്ല. മകന്റെ അപേക്ഷ തള്ളാൻ അവർക്കു സാധിച്ചുമില്ല. ഒരു കുതിരപ്പുറത്തു കൊണ്ടുപോകേണ്ട സാധനങ്ങളേ അവർക്കു സ്വന്തമായുള്ളൂ. അതും എടുത്ത് അവർ പട്ടണത്തിലേക്ക് പുറപ്പെട്ടു.

രാത്രിയാകാറായി അവർ പട്ടണത്തിൽ എത്തുമ്പോൾ. ഒരു തെരുവിൽനിന്ന് മറ്റൊരു തെരുവിലേക്ക് അവർ നടന്നു. ഒരു മനുഷ്യനെയും അവിടെയെങ്ങും കണ്ടില്ല. ഒടുവിൽ അമ്മയും അച്ഛനും താമസിച്ചിരുന്ന വീട്ടിലെത്തി. അതുകണ്ട് അവൻ അതിശയിച്ചു. മനോഹരമായ വീട്. ഈ വീടിനെപ്പറ്റി അമ്മ എപ്പോഴും പറഞ്ഞുകൊണ്ടിരുന്നതിൽ അത്ഭുതമില്ല എന്നവന് തോന്നി.

വീടിന്റെ വാതിലുകൾ തുറന്നു കിടന്നിരുന്നു. അമ്മയും മകനും വീട്ടിനകത്തു കടന്നു. മുറികളിലെല്ലാം കയറിയിറങ്ങി. വീട്ടിൽ എല്ലാം അതുപോലെ തന്നെയുണ്ട്. ഒരു മാറ്റവുമില്ല. പോകുമ്പോൾ വീട്ടിൽ എങ്ങനെയാണ് ഓരോ വസ്തുവും ഉണ്ടാ

യിരുന്നതെന്ന് നല്ല ഓർമ്മയുണ്ട്. ഒരു മുറിമാത്രം സുരക്ഷിതമായി അടച്ചിട്ടിരുന്നു.

അന്നു രാത്രി സ്വന്തം വീട്ടിലാണവർ കഴിഞ്ഞത്. രാവിലെ അവർ വീണ്ടും തെരുവിലൂടെ നടന്നു. ആരെയും കണ്ടില്ല. ജീവനുള്ള ഒന്നിന്റെയും ശബ്ദം കേട്ടില്ല. തെരുവ് മരിച്ചു കിടക്കുകയായിരുന്നു.

അമ്മയ്ക്കും മകനും വിശപ്പും ദാഹവുമുണ്ട്. ആഹാരത്തിനുള്ള ഒന്നും അവിടെങ്ങുമില്ല. ഭക്ഷണത്തിനുവേണ്ടി മകൻ കാട്ടിലേക്കു പോയി. കാട്ടിൽനിന്നും ഭക്ഷണം ശേഖരിക്കുകയായിരുന്നു അവന്റെ ശീലം.

മകനെയും കാത്ത് അമ്മ വീട്ടിലേക്ക് പോന്നു. അവർ മുകളിലത്തെ നിലയിൽ ചെന്നു. അടച്ചിരുന്ന മുറി ഇപ്പോൾ മലർക്കെ തുറന്നിരിക്കുന്നു. മുറിയിൽ ഒരു ഭീമാകാരൻ. അയാൾക്കു നിവർന്നു നില്ക്കാൻ കഴിയുന്നില്ല. മുറിയുടെ ഉയരം കുറവായതുകൊണ്ട് കുനിഞ്ഞാണ് നില്ക്കുന്നത്.

“ആരാണ് നീ? എന്റെ വീട്ടിൽ എന്തുചെയ്യാനാണ് നീ വന്നിരിക്കുന്നത്?”

ഭീമാകാരൻ അലറിക്കൊണ്ട് ചോദിച്ചു. വീടാകെ കുലുങ്ങിപ്പോയി. അവർ അതുകണ്ട് പേടിച്ചില്ല. വർഷങ്ങളോളം കാട്ടിൽ ജീവിച്ചതല്ലേ. അവർ ആവുന്നത്ര ഉച്ചത്തിൽ തിരിച്ചുചോദിച്ചു.

“നീയാരാണ്? എന്റെ വീട്ടിൽ നിനക്കെന്തുകാര്യം?”

സാധാരണ ഗതിയിൽ ഭീമാകാരൻ അവരെ കൊല്ലുകയാണ് ചെയ്യേണ്ടത്. അവരുടെ ധീരമായ മറുപടി അയാളെ ആകർഷിച്ചു. അയാൾക്കു ചിരിവന്നു. ചിരിച്ച് ചിരിച്ച് വീഴാതിരിക്കാൻ അയാൾ ചുമരിൽ ചാരി.

ചിരിനിന്നപ്പോൾ അയാൾ ചോദിച്ചു.

“അപ്പോൾ ഇത് നിന്റെ വീടാണെന്നാണോ നീ വിചാരിക്കുന്നത്? നമുക്കെന്തുചെയ്യാൻ കഴിയുമെന്ന് ഞാൻ പറയാം. എനിക്ക് നിന്നെ ഇഷ്ടമായി. നീ എന്റെ ഭാര്യയാകുമെങ്കിൽ നമുക്കീ വീട്ടിൽ ഒരുമിച്ച് കഴിയാം.”

“ഞാൻ ഒറ്റയ്ക്കല്ല. എന്റെ മകനുണ്ട് കൂടെ. അവൻ ആഹാ

രംതേടി കാട്ടിൽ പോയിരിക്കുകയാണ്. ഏതു നിമിഷവും അവ നിങ്ങെത്തും."

"ഓ, അതു സാരമില്ല. അവനെ ഞാൻ വേഗം ശരിയാക്കിക്കൊള്ളാം. ഈ നഗരത്തിലെ എല്ലാം മനുഷ്യരെയും ഞാൻ ശരിയാക്കിക്കഴിഞ്ഞു."

"അങ്ങനെ എളുപ്പം കഴിയില്ല. അവൻ കാട്ടിൽ വളർന്നവനാണ്. തീരെ ചെറിയ കുട്ടിയുമല്ല. പട്ടണവാസികളേക്കാൾ ശക്തിയുണ്ടവന്. മാത്രമല്ല അവന്റെ അമ്മയുടെ സ്നേഹത്തിന്റെ മാന്ത്രികചക്രം അവനു ചുറ്റുമുണ്ട്."

"മാതൃസ്നേഹത്തിന്റെ മാന്ത്രിക ചക്രമൊന്നും എനിക്കറിയില്ല. എനിക്ക് നിന്നെ ഇഷ്ടമാണ്. അതുകൊണ്ട് കഴിയുന്നത്ര വേദനിപ്പിക്കാതെ അവനെയങ്ങ് ഒഴിവാക്കിയേക്കും. അവൻ ഏതു നിമിഷവും തിരിച്ചെത്തിയേക്കുമെന്നാണ് നീയിപ്പോൾ പറയുക. നിനക്ക് രോഗമാണെന്നഭിനയിച്ച് അവിടെ കിടന്നോളൂ. അവൻ വരുമ്പോൾ പറയണം കണ്ണിന് ഭയങ്കരവേദന എന്ന്. അതിനുള്ള മരുന്ന് കാട്ടിൽ ജീവിച്ച നിനക്ക് അറിയാമെന്ന് പറയണം. മരിച്ച മൂർഖന്റെ നെയ്യ് കൊണ്ടുവരാൻ അവനെ കാട്ടിലേക്ക് അയയ്ക്കണം. അവൻ തിരിച്ചുവരില്ല എന്നു തീർച്ചയാണ്. ഞാൻ മുറിയിൽ കയറി വാതിലടച്ചിരിക്കാം. നിന്റെ മകൻ എന്നെ കാണില്ല. ഞാനെല്ലാം ശ്രദ്ധിച്ചിരിക്കും. ഞാൻ പറഞ്ഞ കാര്യമെങ്ങാൻ അവനെ അറിയിച്ചാൽ....ങ്ഹാ..."

ആ സമയത്ത് മകന്റെ കാല്പെരുമാറ്റവും സന്തോഷ ശബ്ദങ്ങളും വാതില്ക്കൽ കേട്ടു. ഭീമാകാരൻ അകത്തുകയറി വാതിലടച്ചു. അമ്മ നിലത്തുകിടന്ന് ഒരു തുണികൊണ്ട് കണ്ണ് പൊത്തിപ്പിടിക്കുകയും ചെറുതായി കരയുകയും ചെയ്തു.

"അമ്മേ...ഞാനില്ലാത്തപ്പോൾ എന്താ സംഭവിച്ചത്?"

ഭീമാകാരൻ പറഞ്ഞതുപോലെ അമ്മ മകനോട് കരഞ്ഞു പറഞ്ഞു.

മൂർഖനെക്കൊന്ന് നെയ്യ് കൊണ്ടുവരിക എന്നത് എളുപ്പമുള്ള കാര്യമല്ല. അമ്മ ആവശ്യപ്പെട്ട ഒരു കാര്യവും ഇതുവരെ ചെയ്യാതിരുന്നിട്ടുമില്ല. അവൻ ഉടനെ കാട്ടിലേക്ക് പുറപ്പെട്ടു.

വളരെ വിഷമങ്ങളൊന്നുമില്ലാതെ അവന് മൂർഖന്റെ നെയ്യ് ശേഖരിക്കാൻ കഴിഞ്ഞു. വീട്ടിലേക്ക് മടങ്ങിവരുമ്പോൾ ഒരു വൃദ്ധയെ അവൻ കണ്ടു. വൃദ്ധ അവനോട് എങ്ങോട്ടു പോകുന്നുവെന്ന് ചോദിച്ചു. മൂർഖന്റെ നെയ്യ് ശേഖരിച്ച് വീട്ടിലേക്ക് പോകുന്ന വിവരം പറഞ്ഞു.

"മോനെ....മൂർഖന്റെ നെയ്യ് ആവശ്യംവരും. ഇന്നതുവേണ്ട. ഇന്ന് കോഴിയുടെ നെയ്യ് മതിയാകും. എന്റെ ഒരു കോഴിയെക്കൊന്ന് നെയ്യെടുത്തു കൊണ്ട് പൊയ്ക്കൊള്ളൂ. മൂർഖന്റെ നെയ്യ് എന്റെ കൈയിൽ തന്നേക്കൂ. ഞാൻ സൂക്ഷിച്ചുവയ്ക്കാം. അത് ആവശ്യമായി വരുന്ന ദിവസം എന്റെ അടുത്തേക്ക് വന്നോളൂ, ഞാൻ തരാം. അമ്മയോട് പറഞ്ഞാലും വേറാരോടും നീയീക്കാര്യം പറയരുത്."

വൃദ്ധ പറഞ്ഞത് അവനു വിശ്വാസമായി. അമ്മയോട് പറയാമെന്നുള്ളതാണ് അവനെ വിശ്വസിപ്പിച്ചത്. വൃദ്ധയുടെ കോഴിയെക്കൊന്ന് നെയ്യുമായി അവൻ വീട്ടിലെത്തി. കണ്ണിൽ നെയ്യ് ഒഴിച്ചുകൊടുത്തു.

അവൻ പുറത്തുപോയ സമയം ഭീമാകാരൻ മുറിയിൽനിന്നും പുറത്തിറങ്ങി.

"നിന്റെ മകൻ ധൈര്യശാലി തന്നെയാണ്. മൂർഖൻ പാമ്പിന്റെ നെയ്യെടുക്കുവാൻ കാട്ടിൽ പോകുമെന്ന് ഞാൻ വിചാരിച്ചതേയില്ല. എടുത്തുകൊണ്ടു വരികയും ചെയ്തു. ഉം..."

"ഞങ്ങൾ തമ്മിലുള്ള സ്നേഹം എത്രമാത്രമുണ്ടെന്ന് നിങ്ങൾക്കറിയില്ല."

"നിന്റെ മകന്റെ ശക്തിയും സാമർത്ഥ്യവും തെളിയിക്കാൻ ഒരു കാര്യംകൂടി ഞാൻ ആവശ്യപ്പെടുകയാണ്. നീ നാളെ നിന്റെ പുറംവേദനിക്കുന്നു എന്നുപറയണം. അതിനു പുരട്ടാൻ മുള്ളൻപന്നിയുടെ നെയ്യ് കൊണ്ടുവരാൻ പറഞ്ഞയക്കുകയും വേണം."

അടുത്തദിവസം മകന്റെ മുന്നിൽ അമ്മ പുറംവേദനിക്കുന്ന വിവരം പറഞ്ഞു മരുന്നും പറഞ്ഞുകൊടുത്തു. മകൻ ഒട്ടും താമസിക്കാതെ ഒരു മുള്ളൻപന്നിയെ കണ്ടെത്തി അതിനെ കൊന്ന്

നെയ്യെടുത്തു. തിരിച്ചു വരുമ്പോൾ പട്ടണത്തിൽ മുമ്പുകണ്ട വൃദ്ധയെ കണ്ടു. അന്ന് അവർ അവനെ ഉപദേശിച്ചു.

“മുള്ളൻപന്നിയുടെ നെയ്യ് അതിനുവേണ്ട. അതിന്റെ ആവശ്യം ഒരുദിവസമുണ്ടാവും. അന്ന് ഉപയോഗിക്കാം. ഇപ്പോൾ എന്റെ ഒരു കോഴിയെ കൊന്ന് നെയ്യെടുത്ത് കൊണ്ടുപൊയ്ക്കൊള്ളൂ.”

വൃദ്ധയുടെ ഉപദേശം അവൻ സ്വീകരിച്ചു. കോഴിയുടെ നെയ്യുമായി വീട്ടിലെത്തി. അമ്മയുടെ രോഗംമാറുകയും ചെയ്തു.

ഭീമാകാരൻ മുറിയിൽനിന്നും പുറത്തുവന്നു.

“ഏയ് കുട്ടീ നീ ഭയങ്കര ധൈര്യമുള്ളവൻതന്നെ. സാമർത്ഥ്യവും കുറവല്ല.”

ഭീമാകാരനെ അവൻ മുമ്പ് അവിടെ കണ്ടിട്ടില്ല. അവൻ അത്ഭുതപ്പെട്ടുപോയി. അവൻ വിസ്മയത്തിൽനിന്നും മുക്തനാവുന്നതിനു മുന്നേ ഭീമാകാരൻ അവനെ തൂക്കിയെടുത്തു. ഒരു കയർകൊണ്ട് വരിഞ്ഞുകെട്ടി.

“നീ ശരിക്കും ശക്തനാണെങ്കിൽ ഈ കയർ പൊട്ടിക്ക്. അതിനു നിനക്ക് കഴിഞ്ഞില്ലെങ്കിൽ ഞാൻ വാളുകൊണ്ട് നിന്നെ അഞ്ചു കഷണങ്ങളാക്കും.”

അവൻ ആവുന്നതും നോക്കി. ഫലമുണ്ടായില്ല. കയർ കെട്ടിയപോലെതന്നെ കിടന്നു. ഭീമാകാരൻ ചിരിച്ചുകൊണ്ടിരുന്നു. അമ്മ ഭീമാകാരന്റെ മുന്നിൽ മുട്ടുകുത്തി അപേക്ഷിച്ചു.

“എന്നെ എന്തുവേണമെങ്കിലും ചെയ്തോളൂ. എന്റെ മകനെ വെറുതെ വിടണേ....”

ഭീമാകാരൻ അമ്മയെനോക്കി ചിരിച്ചു. അമ്മ വീണ്ടും അപേക്ഷിച്ചു.

“വെറുതെ വിടുന്നില്ലെങ്കിൽ വേണ്ട. അവനെ അഞ്ചു കഷണമാക്കുന്നത് അവന്റെ അച്ഛന്റെ വാളുകൊണ്ടുമതി. ആ ശരീരം അവന്റെ അച്ഛന്റെ കുതിരപ്പുറത്തുകെട്ടി അതിനെ അഴിച്ചുവിട്ടേക്കൂ. ചിലപ്പോൾ ഞങ്ങൾ ജീവിച്ച കാട്ടിൽ എത്തിച്ചേരാം. അതിനു സമ്മതിക്കണം.”

അമ്മ പറഞ്ഞപോലെ ഭീമാകാരൻ ചെയ്തു. കുതിര അവന്റെ ശരീരവും കൊണ്ടുപോയി. പട്ടണം കഴിഞ്ഞപ്പോൾ വൃദ്ധ കുതി

രയെ നിർത്തി. കുട്ടിയുടെ ശരീരഭാഗങ്ങളിൽ മുള്ളൻപന്നിയുടെ നെയ്യ് പുരട്ടി ചേർത്തു വച്ചു കാത്തിരുന്നു.

ശരീരഭാഗങ്ങൾ ഒട്ടിച്ചേർന്നശേഷം വൃദ്ധ അവനോട് ചോദിച്ചു.

"ഇപ്പോ എന്തുതോന്നുന്നു?"

"കണ്ണു കാണുന്നില്ല."

വൃദ്ധ മൂർഖന്റെ നെയ്യ് കണ്ണിൽ പുരട്ടിക്കൊടുത്തു. അവന് കാഴ്ചശക്തി തിരിച്ചുകിട്ടി. അവൻ എഴുന്നേറ്റിരുന്നു.

"നിങ്ങൾ ദേവതയാണ്."

വൃദ്ധ അവനെ അനുഗ്രഹിച്ച് അപ്രത്യക്ഷയായി. അവൻ പട്ടണത്തിലേക്ക് പുറപ്പെട്ടു. വീട്ടിലെത്തുമ്പോൾ രാത്രിയായിരുന്നു. ഭീമാകാരൻ ഉറങ്ങുകയാണ്. അവൻ സ്വന്തം വാളെടുത്ത് ഭീമാകാരനെ ആഞ്ഞുവെട്ടി.

"കൊതുകു കടിക്കുന്നല്ലോ" എന്നുപറഞ്ഞ് അയാൾ തിരിഞ്ഞുകിടന്നു. ഭീമാകാരന്റെ വാൾ ചുമരരികിൽ കണ്ടു. ഭാരമേറിയ ആ വാൾ കൊണ്ട് അവൻ ഭീമാകാരനെ വെട്ടി. അയാൾ തൽക്ഷണം മരണപ്പെട്ടു.

"മാതൃസ്നേഹത്തിന്റെ ശക്തിയും ദേവതയുടെ അനുഗ്രഹവുമാണ് മോനേ എപ്പോഴും രക്ഷയ്ക്കുണ്ടാവുക."

അമ്മ മകനെ കെട്ടിപ്പിടിച്ചു.

23

ഗ്വിമാറ ചെറുതായത്

പണ്ടൊരിക്കൽ ഡി ജോവാ എന്ന ഒരു രാജകുമാരൻ ഉണ്ടായിരുന്നു. രാജകുമാരൻ പരിവാരസമേതം വേട്ടയ്ക്കുപോയി. കാട്ടിനുള്ളിലേക്ക് കടന്ന രാജകുമാരൻ വേഗത്തിൽ മുന്നോട്ടുപോയി. എല്ലാവർക്കും ഒരുമിച്ച് നീങ്ങാൻ കഴിഞ്ഞില്ല. രാജകുമാരൻ കൂടെയുള്ളവരെ നോക്കാതെയാണ് മുന്നോട്ടുപോയത്. പോയിപ്പോയി രാജകുമാരൻ ഒറ്റപ്പെട്ടു. എങ്ങോട്ടുപോകണമെന്ന് നിശ്ചയവുമില്ല.

കുറെദൂരം നടന്നശേഷം ഒരു മലനിരപോലെ ദൂരെ ഒരു ദൃശ്യം കണ്ടു. അതു ലക്ഷ്യമാക്കി അയാൾ കഴിയുന്നത്ര വേഗത്തിൽ നടന്നു. അതിനോട് അടുത്തപ്പോഴാണ് അതൊരു ഉയർന്ന മതിലാണെന്ന് മനസ്സിലായത്. ഭീമാകാരന്മാരുടെ പ്രദേശത്തിന്റെ അതിർത്തിയിലുള്ള മതിൽ. അതിനപ്പുറത്ത് ഭീമാകാരന്മാരുടെ മുഖ്യന്റെ തല മേഘങ്ങളിൽ തൊടും. അത്ര ഉയരമുണ്ടയാൾക്ക്. അയാളുടെ ഭാര്യയും ഏകദേശം അത്രതന്നെയുണ്ട്. അവരുടെ കുഞ്ഞിന്റെ ഉയരവും അത്രതന്നെയാണ്. അവളുടെ പേര് ഗ്വിമാറ.

ഡി ജോവായെ ഭീമാകാരൻ കണ്ടു.

"ഏയ് കുഞ്ഞുമനുഷ്യാ നീയെന്താ അവിടെ ചെയ്തുകൊണ്ടിരിക്കുന്നത്?"

ഡി ജോവാ ഒറ്റപ്പെട്ടുപോയ സംഭവം വിവരിച്ചു.

"ഉം... തരക്കേടില്ല. സാധാരണ ചെറിയ മനുഷ്യർ ഇതുവഴി

പോകാറില്ല. വേണമെങ്കിൽ എന്റെ കൊട്ടാരത്തിൽ താമസിക്കാം. വേലക്കാരനായിട്ടു മാത്രം."

വേറെ മാർഗ്ഗമില്ലാത്തതിനാൽ ഭീമാകാരൻ പറഞ്ഞത് ഡി ജോവാ അനുസരിച്ചു. കൊട്ടാരത്തിൽ താമസമായി. ഭീമാകാരന്റെ മകൾ ഗ്വിമാറയ്ക്ക് ഡി ജോവായെ ഇഷ്ടമായി. അവൾ ആദ്യമായാണ് ചെറിയ മനുഷ്യനെ കാണുന്നത്. ഡി ജോവായെ പിരിയാൻ കഴിയാത്തത്ര ഇഷ്ടമുണ്ട് ഗ്വിമാറയ്ക്ക്.

ഭീമാകാരൻ മകളുടെ ഭർത്താവായി ഒരു ഭീമാകാരനെത്തന്നെയാണ് പ്രതീക്ഷിക്കുന്നത്. ഡി ജോവായെ എങ്ങനെയെങ്കിലും ഒഴിവാക്കുവാൻ അയാൾ ആലോചിച്ചുകൊണ്ടിരുന്നു.

ഡി ജോവായെ മുന്നിൽ ഹാജരാക്കാൻ ഭീമാകാരൻ കല്പിച്ചു.

"ഏയ് ചെറിയ മനുഷ്യാ....നീ വലിയ കഴിവുള്ളവനാണ് എന്നു ഞാൻ കേട്ടല്ലോ. വേലക്കാരുടെ കൂട്ടത്തിൽ ഏറ്റവും കഴിവുള്ളത് നിനക്കാണെന്നുമറിഞ്ഞു. നിനക്ക് എന്റെയീ കൊട്ടാരം ഒറ്റദിവസംകൊണ്ട് പൊളിക്കാനും അത്രയും സമയംകൊണ്ട് അതുപോലെ വീണ്ടും ഉണ്ടാക്കാനും കഴിയും അല്ലേ?"

"ഞാനങ്ങനെയൊന്നും പറഞ്ഞിട്ടില്ല മഹാരാജാവേ."

ഡി ജോവാ ഗ്വിമാറയോട് ഈ വിവരം പറഞ്ഞു. അവൾ നിസ്സാര മട്ടിലാണ് അതുകേട്ടത്.

"അതിൽ ജോവാ പേടിക്കേണ്ട. ഞാനൊരു മായക്കാരിയാണ്. അച്ഛനെ നമുക്ക് അത്ഭുതപ്പെടുത്തിക്കളയാം."

അടുത്തദിവസം രാത്രിതന്നെ കൊട്ടാരം തകർക്കുകയും ഉടനെ പഴയതുപോലെ പണിയുകയും ചെയ്തു. ഭീമാകാരന് ഇത് വലിയ അത്ഭുതമായിരുന്നു. എങ്കിലും ഡി ജോവായെ ഒഴിവാക്കുവാൻ തന്നെയാണ് ഭീമാകാരന്റെ തീരുമാനം.

ഡി ജോവായെ ഹാജരാക്കുവാൻ ഭീമാകാരൻ ആളയച്ചു. ജോവാ അദ്ദേഹത്തിന്റെ മുന്നിൽവന്നു.

"ഓ ചെറിയ മനുഷ്യാ ആളു കേമൻതന്നെ. വന്യമൃഗമുള്ള കാട് ഒറ്റ രാത്രികൊണ്ട് മനോഹരമായ പൂന്തോട്ടമാക്കാൻ കഴിവുണ്ടെന്ന് കേട്ടല്ലോ. വെറും പൂന്തോട്ടമല്ല എല്ലാത്തരം പൂക്കളും ജലാശയവുമുള്ള പൂന്തോട്ടമാണെന്നാണ് പറഞ്ഞത് അല്ലേ?"

"അയ്യോ മഹാരാജാവേ ഞാനങ്ങനെയുള്ള പൊങ്ങച്ച മൊന്നും പറഞ്ഞിട്ടില്ലേ.."

ഗ്വിമാറയുടെ അടുത്തെത്തിയ ഡി ജോവാ പുതിയ പ്രശ്നം അവതരിപ്പിച്ചു.

"ശരി ഞാൻ പുറത്തിറങ്ങി വരാം. നമുക്ക് വേണ്ടതുപോലെ ചെയ്യാം."

ഗ്വിമാറയെ കാത്ത് ഡി ജോവാ രാത്രി കൊട്ടാരത്തിനു പുറത്ത് ആരും കാണാതെയിരുന്നു. സമയം വൈകുന്നു. രാവിലെയാകുന്നതിനുമുമ്പ് പൂന്തോട്ടം ഉണ്ടാക്കണം.

തക്കംനോക്കി ഗ്വിമാറ പുറത്തുകടന്നു. വന്യമൃഗങ്ങളുള്ള കാട് അവർ പൂന്തോട്ടമാക്കി. അതിനു നടുവിൽ ഒരു കുളവും. വളരെ വിഷമിക്കേണ്ടിവന്നു നിർമ്മാണത്തിന്.

നേരം പുലർന്നപ്പോൾ പൂന്തോട്ടം കണ്ട് അത്ഭുതത്തോടൊപ്പം അരിശവുമുണ്ടായി. ഡി ജോവായോടും ഗ്വിമാറയോടും ഭീമാകാരൻ കോപത്തോടെയാണ് പെരുമാറിയത്.

അച്ഛൻ തങ്ങളെ വച്ചേക്കില്ല എന്ന് ഗ്വിമാറയ്ക്കു തോന്നി. ഇനിയും എന്തെങ്കിലും കുഴപ്പങ്ങൾ ഉണ്ടാകുന്നതിനുമുമ്പ് കൊട്ടാരത്തിൽനിന്നും രക്ഷപ്പെടുന്നതാണ് നല്ലതെന്ന് ഗ്വിമാറ തീരുമാനിച്ചു. ഡി ജോവായോട് കുതിരകളിൽ ഏറ്റവും നല്ലതിനെ തെരഞ്ഞെടുത്ത് രാത്രിയിൽ കാത്തിരിക്കാൻ ഗ്വിമാറ ഏല്പിച്ചു.

കൊട്ടാരം മുഴുവൻ ഉറങ്ങിക്കിടക്കുമ്പോൾ ഗ്വിമാറ പുറത്തിറങ്ങി. ഡി ജോവാ കുതിരയുമായി കാത്തുനില്ക്കുന്നുണ്ടായിരുന്നു. ഗ്വിമാറയുമായി ജോവാ കുതിരപ്പുറത്തു കയറി. അതിവേഗം കുതിച്ചുപാഞ്ഞ കുതിര മല കടന്നു.

അതിരാവിലെ തന്നെ ഗ്വിമാറ കൊട്ടാരത്തിൽ ഇല്ല എന്ന് എല്ലാവരും അറിഞ്ഞു. ഡി ജോവായും അപ്രത്യക്ഷമായിരിക്കുന്നു. ഏറ്റവും നല്ല കുതിരയെയും കാണാനില്ല. ഭീമാകാരൻ പ്രശ്നം ഭാര്യയുമായി ചർച്ച ചെയ്തു. മറ്റൊരു കുതിരയെ എടുത്ത് അവർ പോയവഴി പിന്തുടരാനാണ് ഭാര്യ നിർദ്ദേശിച്ചത്.

ഭീമാകാരൻ ഭാര്യയുടെ അഭിപ്രായം സ്വീകരിച്ചു. ഉടനെ പുറപ്പെട്ടു. ഗ്വിമാറയും ഡി ജോവായും തളർന്നിരിക്കുകയായിരുന്നു.

അച്ഛൻ വരുന്നു എന്ന് ഗ്വിമാറ മനസ്സിലാക്കി. അവൾ മായാവിദ്യകൊണ്ട് ഒരു പുഴയായി. ഡി ജോവായെ ഒരു വയസ്സൻ നീഗ്രോവും കുതിരയെ ഒരു മരവുമാക്കി മാറ്റി. കുതിരപ്പുറത്തെ വസ്തുക്കൾ ഉള്ളി കൃഷിയും കൈത്തോക്ക് പൂമ്പാറ്റയുമായി.

വയസ്സൻ നീഗ്രോ പുഴയിൽ കുളിച്ചുകൊണ്ടിരിക്കുമ്പോഴാണ് ഭീമാകാരൻ അവിടെ എത്തിയത്.

"ഏയ് വയസ്സാ ഇതുവഴി ഒരു ചെറുപ്പക്കാരനും ചെറുപ്പക്കാരിയും കുതിരപ്പുറത്തു പോകുന്നതു കണ്ടിരുന്നോ?"

വയസ്സൻ നീഗ്രോ ഒന്നുംപറയാതെ പുഴയിൽ നീന്തി. അയാൾ കരയ്ക്കു കയറിയശേഷം ഭീമാകാരനോട് പറഞ്ഞു.

"ഞാൻ കൃഷി ചെയ്തതാണ് ഈ ഉള്ളി. എങ്ങനുണ്ട്?"

ഉള്ളിയുടെ കഠിനമായ മണം ഭീമാകാരനെ അവിടെ നില്ക്കാൻ കഴിയാതാക്കി. പൂമ്പാറ്റ അയാളുടെ കണ്ണിലേക്ക് പറന്നു. ഒടുവിൽ അയാൾ കൊട്ടാരത്തിലേക്കുതന്നെ പോന്നു. ഭാര്യയോട് വിവരം പറഞ്ഞു.

"നിങ്ങളെന്തൊരാളാ....ഗ്വിമാറയല്ലേ പുഴയായത്? ഡി ജോവായല്ലേ വയസ്സൻ നീഗ്രോ....വേഗംചെന്ന് അവരെ പിടിക്ക്."

ഗ്വിമാറയ്ക്ക് ഇനി തന്നെ വഞ്ചിക്കാൻ കഴിയില്ലെന്നു പറഞ്ഞുകൊണ്ട് ഭീമാകാരൻ വീണ്ടും അവളെ കണ്ടുപിടിക്കാൻ പോയി. അച്ഛൻ വരുന്നതറിഞ്ഞ അവൾ പുതിയ അടവെടുത്തു. അവളൊരു പള്ളിയായി. ഡി ജോവാ പാതിരിയും. കൈത്തോക്ക് പള്ളിമണിയുമൊക്കെ ആയി ആർക്കും സംശയം തോന്നിയില്ല.

ഭീമാകാരൻ പള്ളിക്കടുത്തെത്തി പാതിരിയോട് ഒരു ചെറുപ്പക്കാരനും ചെറുപ്പക്കാരിയും കുതിരപ്പുറത്തു പോകുന്നതു കണ്ടോ എന്ന് അയാൾ അന്വേഷിച്ചു.

"ഞാനൊരു സന്ന്യാസിയായ പാതിരി. നിങ്ങൾ പറയുന്നതൊന്നും ഞാൻ കേൾക്കുന്നില്ല."

പാതിരിയിൽനിന്നും ഒരു വിവരവും കിട്ടിയില്ല. നിസ്സഹായനായ ഭീമാകാരൻ കൊട്ടാരത്തിലേക്ക് മടങ്ങി.

ഭാര്യക്ക് ഭീമാകാരന്റെ വിവരണംകേട്ടു ദേഷ്യംവന്നു.

"വിഡ്ഢികളുടെ കൂട്ടത്തിൽ ഏറ്റവും വലിയ വിഡ്ഢിയാണ്

നിങ്ങൾ. ഗ്വിമാറയല്ലേ പള്ളിയായത്? പാതിരി ഡി ജോവായും. വേഗം അവളെ പിടിക്കണം. നിങ്ങൾ ഒറ്റയ്ക്കു പോകേണ്ട. ഞാനും വരുന്നുണ്ട്. ഇനി അവളുടെ അടവൊന്നും ഫലിക്കില്ല."

ഗ്വിമാറയും ഡി ജോവോയും അയാളുടെ രാജ്യത്ത് എത്താറായി. പിന്നാലെയുണ്ട് ഭീമാകാരനും ഭാര്യയും. ഗ്വിമാറ ഒരുപിടി പൊടിവാരി യെറിഞ്ഞു. അവിടമാകെ ഇരുട്ടായി. ഭീമാകാരനും ഭാര്യക്കും ഒന്നും കാണുന്നില്ല. ഗ്വിമാറയും ഡി ജോവായും അയാളുടെ രാജ്യത്തിലേക്ക് രക്ഷപ്പെട്ടു.

അവർ ഗ്വിമാറയുടെ കൊട്ടാരത്തിൽനിന്നും പുറപ്പെടുമ്പോൾ ഡി ജോവായോട് ഒരുകാര്യം നിഷ്കർഷിച്ചിരുന്നു.

"ഡി ജോവാ....എന്തു സംഭവിക്കുമ്പോഴും ഒരു മിനിറ്റു പോലും എന്നെ മറക്കരുത്. എന്നെ ഓർമ്മിച്ചുകൊണ്ടിരിക്കണം."

അയാൾ അപ്പറഞ്ഞതിൽ ഒരു വീഴ്ചയും വരുത്തിയില്ല. സ്വന്തം രാജ്യത്തെത്തിയതിൽ അയാൾ അതീവ സന്തുഷ്ടനായി. കൊട്ടാരത്തിലെത്തിയ ഡി ജോവാ ജീവിതത്തിൽ അത്രയും സന്തോഷിച്ച വേറെ അവസരം ഉണ്ടായിട്ടില്ലെന്നാണ് വിചാരിച്ചത്.

ഡി ജോവാ ഏറ്റവും സന്തോഷിച്ച ആ നിമിഷം ഗ്വിമാറയെ ഓർമ്മിക്കാൻ മറന്നുപോയി. വീണ്ടും ഓർമ്മിച്ചപ്പോൾ അവളെ കാണാനില്ല. പകരം അയാളുടെ തോളോളം ഉയരമുള്ള ഒരു യുവതി. അയാൾ ആശ്ചര്യപ്പെട്ട് കസേരയിലിരുന്നു. ശ്വസിക്കാൻ തന്നെ വല്ലാതെ പ്രയാസപ്പെട്ടു.

"ഡി ജോവാ എന്നെ മറന്നിട്ട് പെട്ടെന്ന് ഓർമ്മിച്ചത് നന്നായി. ഞാൻ ചെറുതായി ചെറുതായി വരികയായിരുന്നു. കുറച്ചു സമയംകൂടി എന്നെ വിസ്മരിച്ചിരുന്നുവെങ്കിൽ ചെറുതായി ഞാൻ ഇല്ലാതായേനെ. എനിക്ക് എന്തു സംഭവിച്ചെന്ന് നിങ്ങൾക്ക് ഒരറിവും ഉണ്ടാവില്ലായിരുന്നു."

ഗ്വിമാറ ചെറുതായിക്കഴിഞ്ഞപ്പോൾ അവളുടെ മായികശക്തി നഷ്ടപ്പെട്ടു. അവൾ പിന്നെ ഭീമാകാരന്റെ നാട്ടിലേക്കു പോയില്ല. ഡി ജോവായുടെ രാജ്ഞിയായി.

24

പുഴ രാക്ഷസൻ വളർത്തിയ കുട്ടി

പുഴയുടെ തീരത്താണ് ചെളികൊണ്ടുണ്ടാക്കിയ ആ വീട്. വീടിനടുത്തുതന്നെ ഒരു പനമരമുണ്ട്. അവിടെയാണ് ഒരച്ഛനും അമ്മയും കുറെ കുട്ടികളും താമസിച്ചിരുന്നത്. എല്ലാവരുംകൂടി കുടിൽ നിറഞ്ഞിരിക്കുന്നു. എല്ലാവർക്കുംകൂടി ഭക്ഷണത്തിനു വേണ്ടി രാവിലെ മുതൽ വൈകുന്നതുവരെ അച്ഛൻ അദ്ധ്വാനിക്കുമായിരുന്നു.

ഒരുദിവസം ഏഴാമത്തെ മകൻ അച്ഛനോട് പറഞ്ഞു.

"അച്ഛാ പുഴവക്കത്ത് കുളിക്കുമ്പോൾ ഞാനൊരു നായ്ക്കുട്ടിയെ കണ്ടിരുന്നു. ഞാനതിനെ ഇങ്ങോട്ടു കൊണ്ടു വരട്ടെ.... എനിക്കതിനെ ഇഷ്ടമാണ്."

മനസ്സില്ലാ മനസ്സോടെ അച്ഛൻ സമ്മതിച്ചു. കുട്ടികൾക്കുള്ള ഭക്ഷണത്തിനുതന്നെ നന്നേ വിഷമിക്കുകയാണ്. ഒരു പട്ടികൂടി കൂടിയാൽ വിഷമം കൂടുകയേ ഉള്ളൂ. അന്നയാൾ പുഴയിൽ മീൻ പിടിക്കാൻ പോയത് ഹൃദയഭാരത്തോടെയായിരുന്നു. വലയിട്ട് കാത്തിരുന്നതല്ലാതെ ഒരു മീനിനെപോലും കിട്ടിയില്ല.

പെട്ടെന്ന് പുഴയുടെ അടിയിൽനിന്നും ഒരു ശബ്ദംകേട്ടു.

"നീ പുതുതായി വീട്ടിൽ കണ്ടത് എനിക്കു തരികയാണെങ്കിൽ നിനക്കു ഞാൻ ഭാഗ്യംതരാം. നിനക്കാവശ്യമുള്ളത്ര മത്സ്യം പിടിക്കാനും കഴിയും."

അന്നുരാവിലെ ഏഴാമത്തെ മകൻ പറഞ്ഞകാര്യം അയാളോർത്തു. വീട്ടിൽ ചെല്ലുമ്പോൾ പുതുതായി കാണുന്നത് ആ നായ്ക്കുട്ടിയായിരിക്കും. നായ്ക്കുട്ടിയെ ഒഴിവാക്കാനുള്ള നല്ല വഴിയാണതെന്ന് അയാൾ വിചാരിച്ചു.

"നീ ഈ ഉടമ്പടി രക്തംചേർത്ത് സമർപ്പിക്കണം."

അയാൾ വിരൽമുറിച്ച് കുറച്ച് രക്തത്തുള്ളികൾ നദിയിൽ ഇറ്റിച്ചു.

നദിയിൽനിന്നും വീണ്ടും ശബ്ദംകേട്ടു.

"ഈ ഉടമ്പടി തെറ്റിച്ചാൽ നിന്നിൽ ശാപം പതിക്കും. നിന്റെ കുട്ടികളും ശാപത്തിനിരയാകും."

പുഴയിൽനിന്നും ശബ്ദംകേട്ട ഭാഗത്ത് അയാൾ വലയെറിഞ്ഞു. വലയിൽനിറയെ മത്സ്യംകിട്ടി. മൂന്നുപ്രാവശ്യം വലയിട്ടു. ആവശ്യംപോലെ മത്സ്യംകിട്ടി. വീട്ടിലെ ഉപയോഗത്തിനുള്ളതിന്റെ ബാക്കി വില്ക്കാമെന്ന് അയാൾ വിചാരിച്ചു.

അയാൾ മത്സ്യവുമായി വീട്ടിലേക്കുപോയി. വീടിന് അടുത്തെത്തിയപ്പോഴേക്കും ഒരു കുട്ടി ഓടിവന്നു.

"അച്ഛാ...അച്ഛൻ വീട്ടിൽനിന്നും പോയശേഷം വീട്ടിൽ എന്തു വിശേഷമാണുണ്ടായതെന്ന് പറയാമോ?"

"ങ്ഹാ...ഒരു നായ്ക്കുട്ടി വന്നു."

"അല്ലല്ല. അച്ഛൻ പറഞ്ഞതു തെറ്റി. ഒരു ആൺകുട്ടി. ചെറിയകുട്ടി."

അയാൾ ഞെട്ടിപ്പോയി.

"അയ്യോ... ഇനി ഞാൻ എന്തുചെയ്യും.... നദിയോട് പറഞ്ഞ വാക്കു പാലിക്കാതിരിക്കാൻ കഴിയില്ല."

മീൻപിടിത്തക്കാരന്റെ ഭാര്യ അയാളുടെ ഉടമ്പടി കേട്ട് തരിച്ചിരുന്നു. നദിയോട് ചെയ്ത വാഗ്ദാനം പാലിക്കാതെ രക്ഷപ്പെടാൻ കഴിയില്ലെന്ന് അവർക്കറിയാം. അവർ കുഞ്ഞിനെ ചുംബിച്ചു. എല്ലാവിധ അനുഗ്രഹങ്ങളും നല്കി. അയാൾ കുട്ടിയെയും കൊണ്ട് പുഴക്കരയിലേക്ക് നടന്നു. പുഴയിൽനിന്നും ശബ്ദംകേട്ട സ്ഥലത്തേക്ക് കുട്ടിയെ എറിഞ്ഞു.

പുതിയ കുഞ്ഞിനെയും കാത്തിരിക്കുകയായിരുന്നു

പുഴരാക്ഷസൻ. പുഴയുടെ ആഴത്തിൽ രാക്ഷസന്റെ കൊട്ടാരത്തിലേക്ക് കുട്ടിയെ കൂട്ടിക്കൊണ്ടുപോയി. സ്വർണ്ണവും വെള്ളിയും രത്നങ്ങളും മുത്തുകളുംകൊണ്ട് അലങ്കരിച്ച കൊട്ടാരത്തിൽ കുട്ടിക്ക് നല്ല സംരക്ഷണമാണ് ലഭിച്ചത്.

കാലംകഴിഞ്ഞതോടെ കുട്ടി വളർന്നു വരികയായിരുന്നു. അവന് പതിനഞ്ച് വയസ്സായി. സുന്ദരനായ ഒരാൺകുട്ടിയായി. നല്ല ഉയരവും പുഴപോലെ കറുത്ത കണ്ണുകളും പുഴയുടെ ആഴങ്ങളിലെ ഇരുണ്ട മുടിയും അവനെ അഴകുറ്റവനാക്കി. സുഖകരമായ ജീവിതമായിരുന്നു അവന്റേത്. എങ്കിലും മനുഷ്യനായ ഒരാളെയും കാണാൻ കഴിഞ്ഞിട്ടില്ല. പുഴരാക്ഷസനെപ്പോലും കണ്ടിട്ടില്ല. പുഴയിൽനിന്നുള്ള കല്പനകൾ കേൾക്കാറേ ഉള്ളൂ.

ഒരുദിവസം പുഴരാക്ഷസന്റെ അറിയിപ്പു വന്നു.

"ഞാനൊരു ദീർഘയാത്രയ്ക്കു പോവുകയാണ്. കൊട്ടാരത്തിലെ എല്ലാ വാതിലിന്റെയും താക്കോൽ നിനക്കു തരാം. ഒന്നിലും ഇടപെടരുത്. ഇടപെട്ടാൽ നിന്റെ ജീവിതം അവസാനിക്കും."

ദിവസങ്ങൾ പലതും കഴിഞ്ഞു. പുഴരാക്ഷസന്റെ ഒരു വിവരവുമില്ല. ശബ്ദം കേൾക്കുന്നില്ല. പതിനഞ്ചു ദിവസം കഴിഞ്ഞു. ക്ഷമ നശിച്ച കുട്ടി ഒരു താക്കോൽ എടുത്ത് അതിനുള്ള പൂട്ടു തുറന്നു. അതിനുള്ളിൽ വലിയൊരു സിംഹം. തടിച്ചു കൊഴുത്ത സിംഹത്തിന് തിന്നാൻ പുല്ലാണ് ഇട്ടുകൊടുത്തിരുന്നത്. കുട്ടി ഒന്നിലും കൈവച്ചില്ല. എന്തെങ്കിലും കൈകാര്യം ചെയ്താൽ ജീവൻ നഷ്ടപ്പെടുമെന്ന് പറഞ്ഞിട്ടുള്ളത് അവൻ മറന്നില്ല. പെട്ടെന്നു തന്നെ വാതിലടയ്ക്കുകയും ചെയ്തു.

പിന്നെയും പതിനഞ്ചുദിവസങ്ങൾ കഴിഞ്ഞു. അവൻ മറ്റൊരു താക്കോൽ എടുത്ത് വേറൊരു മുറി തുറന്നു. അതിൽ മൂന്നു കുതിരകളാണുണ്ടായിരുന്നത്. ഒരു വെള്ള, ഒരു കറുപ്പ്, ഒരു ഇളംമഞ്ഞ. അവയ്ക്ക് ആഹാരമായി അവിടെ ഉണ്ടായിരുന്നത് ഇറച്ചിയാണ്. അവയൊക്കെ തടിച്ചുകൊഴുത്ത കുതിരകളുമായിരുന്നു. ഒന്നിനെയും അവൻ തൊട്ടില്ല. വേഗം മുറിയിൽ നിന്നു പുറത്തിറങ്ങി വാതിലടച്ചു.

അടുത്ത പതിനഞ്ചുദിവസങ്ങൾകൂടി കഴിഞ്ഞു. പുഴരാക്ഷസന്റെ ശബ്ദം കേൾക്കാനേയില്ല. അവൻ മൂന്നാമതൊരു താക്കോലെടുത്ത് വേറൊരു മുറി തുറന്നു. അതിൽ നിറയെ ആയുധങ്ങളായിരുന്നു. കുന്തവും കത്തിയും വാളും തുടങ്ങി അവനൊരിക്കലും കണ്ടിട്ടില്ലാത്ത ആയുധങ്ങൾ. അവ അവനെ ആകർഷിച്ചിരുന്നു. എങ്കിലും ഒന്നിലും കൈവയ്ക്കാതെ അടച്ചു.

അവൻ പിറ്റേന്ന് കുതിരകളുള്ള മുറി തുറന്നു. കുതിരകളിൽ കറുത്തത് സംസാരിക്കാൻ തുടങ്ങി.

"പുല്ലു തിന്നാൻ ഞങ്ങൾക്ക് ആഗ്രഹമുണ്ട്. ഞങ്ങൾക്ക് പുല്ലുതരാതെ ഇറച്ചി തന്നത് ശരിയായില്ല. സിംഹത്തിനാണ് ഇറച്ചി വേണ്ടത്. ഈ ഇറച്ചി അവർക്ക് കൊണ്ടുപോയി കൊടുക്കൂ. അവിടുന്ന് പുല്ലെടുത്ത് ഇങ്ങോട്ട് കൊണ്ടുവരൂ. നീ അങ്ങനെ ചെയ്താൽ നിനക്കുവേണ്ടി ഞാൻ സേവനം ചെയ്യും."

കുട്ടി ഇറച്ചിയെടുത്ത് സിംഹത്തിന്റെ അടുത്തേക്ക് ചെന്നു. സിംഹത്തിനു വളരെ സന്തോഷമായി. അവിടുന്ന് പുല്ലെടുത്ത് കുതിരകൾക്കും കൊടുത്തു. അപ്പോഴാണ് പുഴരാക്ഷസൻ പറഞ്ഞത് അവന് ഓർമ്മ വന്നത്. അവന് കരച്ചിൽ വന്നു.

"എന്റെ ജീവിതം പോയി. എനിക്കു ശിക്ഷകിട്ടും."

കുതിരകൾക്ക് പ്രയാസമായി. കറുത്ത കുതിര പറഞ്ഞു.

"ഞാനാണ് നിന്നെ ഈ ബുദ്ധിമുട്ടിലാക്കിയത്. ഞാൻ നിന്നെ രക്ഷിക്കാം. ഒരു വഴി കണ്ടെത്തുമെന്ന് നീ വിശ്വസിക്ക്."

കുറച്ച് വസ്ത്രങ്ങളും വാളും കൈത്തോക്കുമെടുത്തുവരാൻ കുതിര ഉപദേശിച്ചു.

"ഈ പുഴയിൽ ജീവിച്ച എനിക്ക് പുഴയേക്കാൾ വേഗത്തിൽ പോകാൻ കഴിവുണ്ട്."

അത് സത്യമായിരുന്നു. പുഴരാക്ഷസൻ വരുമ്പോൾ കുട്ടിയോട് പറഞ്ഞത് തെറ്റിച്ചതായി കണ്ടു. രാക്ഷസൻ കുട്ടിയെ തേടിയിറങ്ങി. അയാൾക്ക് എത്താൻ കഴിയുന്നതിനപ്പുറത്ത് കുട്ടിയെ കുതിര എത്തിച്ചു.

മൂന്നു സുന്ദരിക്കുട്ടികളുടെ പിതാവായ രാജാവിന്റെ കൊട്ടാരത്തിലാണ് അവൻ എത്തിച്ചേർന്നത്. കൊട്ടാരത്തിൽ ജോലിക്കുവേണ്ടി അവൻ അപേക്ഷിച്ചു.

"നിനക്ക് എന്താണ് ചെയ്യാൻ കഴിയുക? മൃദുവായ വെളുത്ത കൈകളല്ലേ നിനക്കുള്ളത്? പൂന്തോട്ടത്തിൽനിന്നു പൂ പറിച്ച് എന്റെ മകൾക്ക് പൂച്ചെണ്ടുകളുണ്ടാക്കിക്കൊടുക്കാൻ പറ്റുമോ?"

അവൻ സമ്മതിച്ചു.

അതാണെങ്കിൽ അത്.

പുഴയുടെ ആഴം പോലെയുള്ള കറുത്ത കണ്ണുകളാണ് അവന്റേത്. അവൻ പൂച്ചെണ്ടുകളുമായി വന്നപ്പോൾ ഏറ്റവും ഇളയവൾക്ക് അവനോട് ഇഷ്ടംതോന്നി. രണ്ടു സഹോദരിമാർക്കും ചിരിയാണ് വന്നത്. ഇഷ്ടം തോന്നിയ രാജകുമാരി അവരുടെ പരിഹാസത്തെ അവഗണിച്ചു.

അന്നു രാത്രി അയൽരാജ്യത്തെ രണ്ടു രാജകുമാരന്മാർ കൊട്ടാരത്തിൽ വന്നു പാട്ടുപാടി. മൂത്ത രണ്ടു സഹോദരിമാർക്കും അഹങ്കാരവും ഗർവ്വും കൂടുതലായിരുന്നു. ഇളയവളുടെ ഹൃദയം സ്നേഹനിർഭരമായിരുന്നു. അവളെ അതുകൊണ്ട് എല്ലാ രാജകുമാരന്മാരും പുകഴ്ത്തിയാണ് സംസാരിക്കുക.

പുഴയിൽനിന്നും വന്ന കുട്ടി ചെറുപ്പക്കാരനായി. രാജകുമാരന്മാർ വന്ന് പാട്ടുപാടിയത് അവൻ ശ്രദ്ധിച്ചിരുന്നു. അവനും പാട്ടു പാടണമെന്നുണ്ട്. പൂന്തോട്ടത്തിലെ ജലാശയത്തിൽ പോയി അവൻ സ്വന്തം പ്രതിബിംബം നോക്കി. പാട്ടുപാടിയ രാജകുമാരന്മാരെപ്പോലെ തന്നെയൊക്കെയാണ് സ്വന്തം രൂപവും. രാജകുമാരിമാർക്കു വേണ്ടി പാട്ടുപാടുമെന്ന് അവൻ തീരുമാനിച്ചു.

പാടാനുള്ള കഴിവുണ്ടെന്ന് അവന് തിരിച്ചറിവില്ല. ആ ശബ്ദത്തിൽ പുഴയുടെ സംഗീതം അലിഞ്ഞുചേർന്നിരുന്നു. അവൻ പാടാൻ തുടങ്ങിയപ്പോൾ മറ്റു രണ്ടു പാട്ടുകാരും ശ്രദ്ധിച്ചു. ആരാണാ പാടുന്നതെന്ന് മുതിർന്ന രണ്ടു സഹോദരിമാർക്കും മനസ്സിലായില്ല. ഇളയ രാജകുമാരിക്ക് പെട്ടെന്ന് ആളെ തിരിച്ചറിയാൻ സാധിച്ചു.

അടുത്തദിവസം ഒരു വലിയ മത്സരം നടക്കുകയാണ്. കൊട്ടാര മൈതാനിയിൽ. ചെറുപ്പക്കാരൻ ആദ്യമായാണ് ഒരു മത്സരം കാണുന്നത്. പുതിയ പരിപാടിയിൽ പങ്കെടുക്കണമെന്ന് അവൻ ആഗ്രഹിച്ചു. പുഴയിൽനിന്നു വന്ന കുതിരയും പുഴരാക്ഷ

സന്റെ ആയുധങ്ങളുമായി മത്സരക്കളത്തിലേക്കിറങ്ങി. എല്ലാ മത്സരങ്ങളിലും ചെറുപ്പക്കാരൻ വിജയിയായി. മത്സരത്തിൽ പങ്കെടുക്കുന്നവർക്ക് അപരിചിതനെക്കുറിച്ച് അത്ഭുതം തോന്നി. ഇളയ രാജകുമാരിക്ക് തെറ്റിയില്ല. അവൾ ഇഷ്ടപ്പെടുന്ന ചെറുപ്പക്കാരനാണ്. രാജകുമാരി പട്ടുനാട കൊടുത്തു അവനണിയുവാൻ.

കാട്ടിൽനിന്നും പട്ടണത്തിൽവന്ന് ആക്രമണങ്ങൾ നടത്തുന്ന ഒരു മൃഗമുണ്ടായിരുന്നു. അതിനെ തുരത്താൻവേണ്ടി കഴിഞ്ഞ ദിവസം മത്സരത്തിൽ പങ്കെടുത്തവരെല്ലാം അണിനിരന്നു. പുഴയിൽനിന്നു വന്ന ചെറുപ്പക്കാരനാണ് ആക്രമിക്കാൻ വന്ന മൃഗത്തെ കൊന്നത്. വിവരം രാജസന്നിധിയിൽ അറിഞ്ഞു. രാജാവ് കല്പിച്ചു.

"നാളെ നമ്മുടെ രാജ്യത്തെ ഏറ്റവും വലിയ ഉത്സവം നടക്കും. ഇന്ന് എത്തിച്ചേർന്ന എല്ലാ കുതിരക്കാരും കാട്ടിൽപോയി പക്ഷികളെ വേട്ടയാടി ഇവിടെ കൊണ്ടുവരണം."

രാജകല്പന അനുസരിക്കുകയേ നിവൃത്തിയുള്ളൂ. എല്ലാവരും വേട്ടയ്ക്കു പോയെങ്കിലും ആർക്കും ഒന്നും കിട്ടിയില്ല. പുഴയിൽനിന്നും വന്ന ചെറുപ്പക്കാരൻ ധാരാളം മൃഗങ്ങളെയും പക്ഷികളെയും വേട്ടയാടിക്കൊണ്ടുവന്നു. ഇതൊക്കെ കണ്ടു രണ്ടു രാജകുമാരന്മാരുംകൂടി ഒരു ഒത്തുതീർപ്പിലെത്തി. പുഴയിൽനിന്നു വന്ന ചെറുപ്പക്കാരന് എല്ലാ ബഹുമതിയും കിട്ടുന്നത് ഒഴിവാക്കണം. പക്ഷികളെ കൊന്നത് ഒരു രാജകുമാരനും മൃഗങ്ങളെ കൊന്നത് മറ്റൊരു രാജകുമാരനും എന്ന് രാജസന്നിധിയിൽ രാജസദസ്സിൽ വച്ച് പറയാമെന്ന വ്യവസ്ഥയുണ്ടായി.

രാജസദസ്സുകൂടി. ഒരു രാജകുമാരൻ എഴുന്നേറ്റുനിന്നു പറഞ്ഞു.

"ഞാനാണ് മൃഗങ്ങളെയെല്ലാം കൊന്ന് കൊണ്ടുവന്നത്."

മറ്റേ രാജകുമാരൻ എഴുന്നേറ്റു പറഞ്ഞു.

"ഞാനാണ് പക്ഷികളെയെല്ലാം കൊന്ന് കൊണ്ടുവന്നത്."

രാജാവ് സന്തുഷ്ടനായി. ഓരോ രാജകുമാരിയെയും ഓരോ രാജകുമാരനും ഭാര്യമാരായി കൊടുത്തു.

പുഴയിൽനിന്നു വന്ന ചെറുപ്പക്കാരൻ വേലക്കാരന്റെ കൂടെ

നില്ക്കുകയായിരുന്നു. ഇളയ രാജകുമാരി അവനെനോക്കി ചിരിച്ചു. അവനു കാര്യം മനസ്സിലായി. അവൻ രാജാവിന്റെ മുന്നിൽവന്നു പറഞ്ഞു.

“മഹാരാജാവേ...അങ്ങുകേട്ട കഥകൾ തെറ്റാണ്. ഞാനാണ് മൃഗങ്ങളെയും പക്ഷികളെയും വേട്ടയാടിക്കൊണ്ടുവന്നത്. ഒരു രാജകുമാരിയെ ഞാൻ ആവശ്യപ്പെടുന്നു.”

രാജസദസ്സിൽ ഹാജരായ കുതിരക്കാരൊക്കെ ചെറുപ്പക്കാരൻ പറഞ്ഞത് സത്യമാണെന്ന് വിളിച്ചുപറഞ്ഞു. ഇളയ രാജകുമാരിയുടെ ഹൃദയം സന്തോഷംകൊണ്ട് നിറഞ്ഞു.

രാജാവ് ഇളയ രാജകുമാരിയെ ചെറുപ്പക്കാരന്റെ പത്നിയായി അംഗീകരിച്ച്. വിവാഹം അടുത്ത ദിവസത്തേക്ക് തീരുമാനിക്കുകയും ചെയ്തു. പുഴരാക്ഷസൻ വിവാഹത്തെക്കുറിച്ചറിഞ്ഞ് ഒരു മുത്തുമാല വിവാഹസമ്മാനമായി നല്കി.

25

രാജാവിനോളം വലുതായി

പണ്ട് ദരിദ്രനായ ഒരാൾ ഉണ്ടായിരുന്നു. അയാൾക്ക് ഭാര്യയും മൂന്നുകുട്ടികളും ഉണ്ടായിരുന്നു. മരംകൊണ്ട് പാത്രങ്ങളും പ്ലേറ്റുകളും ഉണ്ടാക്കി വില്ക്കലായിരുന്നു അയാളുടെ ജോലി. മരപ്പാത്രത്തിന് വില കുറവായതുകൊണ്ട് കുറഞ്ഞ വരുമാനമേ ഉണ്ടായിരുന്നുള്ളൂ.

സുന്ദരിക്കുട്ടികളായിരുന്നു അവരുടെ മക്കൾ. കുട്ടികളുടെ വിദ്യാഭ്യാസത്തിനും വസ്ത്രത്തിനും പണം തികയാത്തത് അച്ഛനമ്മമാരെ ദുഃഖത്തിലാഴ്ത്തി.

ഒരുദിവസം അവരുടെ വീട്ടിൽ സുന്ദരനായ ഒരു ചെറുപ്പക്കാരൻ കുതിരപ്പുറത്തുവന്നു. ആ വീട്ടിലെ ഒരു കുട്ടിയെ വിലയ്ക്കു വാങ്ങാനാണ് അയാൾ വന്നത്. കുട്ടികളുടെ അച്ഛൻ ഞെട്ടിപ്പോയി. അയാൾ വേദനയോടെ പറഞ്ഞു.

“ഞങ്ങൾ പാവങ്ങളാണ്. എന്റെ മക്കളെ വില്ക്കാൻമാത്രം പാവങ്ങളല്ല.”

ചെറുപ്പക്കാരൻ ഒഴിഞ്ഞുപോയില്ല. ഒരു കുട്ടിയെ കൊടുത്തില്ലെങ്കിൽ കൊന്നുകളയുമെന്ന് അയാൾ ഭീഷണിപ്പെടുത്തി. തർക്കത്തിനൊടുവിൽ മൂത്തമകളെ കൊടുക്കാമെന്ന് സമ്മതിക്കേണ്ടി വന്നു. പകരം ധാരാളം പണവും കിട്ടി.

ധനികനായതോടെ പിതാവ് മരപ്പാത്രങ്ങൾ ഉണ്ടാക്കുന്നത് നിർത്തി. പഴയ ജോലി തുടരണമെന്ന് ഭാര്യ അയാളോട് പറയാറുണ്ട്. അയാൾ ജോലിയിലേർപ്പെട്ടു.

കുറച്ചു ദിവസങ്ങൾ കഴിഞ്ഞപ്പോൾ കുതിരപ്പുറത്തു വേറൊരു ചെറുപ്പക്കാരൻ അവരുടെ വീട്ടിലെത്തി. ആദ്യംവന്ന ചെറുപ്പക്കാരനേക്കാൾ സുന്ദരനായിരുന്നു അയാൾ. കുതിരയും മികച്ചത്. ആദ്യംവന്ന ചെറുപ്പക്കാരൻ പറഞ്ഞതുപോലെതന്നെ രണ്ടാമതുവന്ന ചെറുപ്പക്കാരനും പറഞ്ഞു.

അച്ഛൻ ഉറക്കെ കരഞ്ഞു. ചെറുപ്പക്കാരൻ യാതൊരു ദയയും കാണിച്ചില്ല. ശക്തമായ ഭീഷണിക്കു വഴങ്ങി ആ അച്ഛൻ രണ്ടാമത്തെ മകളെ അയാൾക്കു കൊടുത്തു. ആദ്യത്തെ ചെറുപ്പക്കാരൻ കൊടുത്തതിനേക്കാൾ കൂടുതൽ പണം രണ്ടാമത്തെയാൾ കൊടുത്തു.

പണം ധാരാളമുണ്ടെങ്കിലും അയാൾ മരപ്പാത്രങ്ങൾ ഉണ്ടാക്കുന്ന ജോലി ഒഴിവാക്കിയില്ല. ദിവസങ്ങൾക്കകം വേറൊരു ചെറുപ്പക്കാരൻ കുതിരപ്പുറത്തുവന്നു. മറ്റു രണ്ടുപേരേക്കാൾ സുന്ദരനായിരുന്നു മൂന്നാമതു വന്നയാൾ. അയാളുടെ കുതിരയാണ് മറ്റു രണ്ടിനേക്കാളും മികച്ചത്.

മൂന്നാമത്തെ മകളെ ആവശ്യപ്പെടാനാണ് അയാൾ വന്നത്. അവശേഷിക്കുന്ന കുട്ടിയെക്കൂടി കൊണ്ടുപോകുമെന്നായപ്പോൾ അയാൾക്ക് സങ്കടം സഹിക്കാൻ വയ്യാതായി. എന്നാൽ ഭീഷണിയിലൂടെ ആ ചെറുപ്പക്കാരൻ മൂന്നാമത്തെ മകളെ സ്വന്തമാക്കി. അയാൾ കുട്ടിയുടെ അച്ഛന് വലിയ തുകയാണ് കൊടുത്തത്.

അവരുടെ വീട്ടിൽ അധികം കഴിയുന്നതിനുമുമ്പ് ഒരു ആൺകുട്ടി വന്നുചേർന്നു. ആ കുട്ടിയെ അവർ ആർഭാടത്തോടെയാണ് വളർത്തിയത്. അവനെ സ്കൂളിലയച്ചു പഠിപ്പിച്ചിരുന്നു. ഒരുദിവസം അവൻ ചങ്ങാതിയുമായി വഴക്കുകൂടി. അവൻ ചങ്ങാതിയിൽനിന്നും ഞെട്ടിക്കുന്ന വിവരമാണ് അറിഞ്ഞത്.

“ഓ, നീ വിചാരിക്കുന്നത് നിന്റെ അച്ഛൻ എപ്പോഴും പണക്കാരനായിരുന്നെന്നാ? നിന്റെ മൂത്ത സഹോദരിമാരെ പണത്തിനുവേണ്ടി വിറ്റിട്ടാണ് നിന്റെ അച്ഛൻ ഈ നിലയിലായത്. അതുവരെ വെറും ദരിദ്രനായിരുന്നു.”

കുട്ടി വളരെയധികം സങ്കടപ്പെട്ടാണ് വീട്ടിലെത്തിയത്. എന്നാൽ അക്കാര്യം ആരോടും ചോദിച്ചില്ല. പ്രായപൂർത്തിയായ ഒരാളായശേഷം അച്ഛനോട് അക്കാര്യം ചോദിച്ചു. എല്ലാ വിവരങ്ങളും പറയാൻ ആവശ്യപ്പെട്ടു.

അച്ഛനും അമ്മയും സത്യംപറഞ്ഞു. മകന് അത് ബോദ്ധ്യപ്പെടുകയും ചെയ്തു.

"ഞാനൊരു പുരുഷനായിക്കഴിഞ്ഞു. എന്റെ സഹോദരിമാരെ എനിക്കു കണ്ടെത്തണം. എന്നെ അനുഗ്രഹിച്ച് പോകാൻ അനുവദിക്കണം."

മാതാപിതാക്കൾ അയാളെ അനുഗ്രഹിച്ചു. ലോകത്തിന്റെ പലഭാഗത്തും അയാൾ സഹോദരിമാരെ തിരക്കിനടന്നു. ഒരു വീട്ടിൽ മൂന്നു സഹോദരന്മാർ വഴക്കിടുന്നതുകണ്ട് അയാൾ അങ്ങോട്ടു ചെന്നു. ഒരു ബൂട്ടിനും തൊപ്പിക്കും താക്കോലിനും വേണ്ടിയാണ് അവരുടെ വഴക്ക്.

"ഇത്ര ചെറിയ കാര്യങ്ങൾക്കാണോ നിങ്ങൾ വഴക്കിടുന്നത്?"

"ചെറിയ കാര്യങ്ങളല്ല. എവിടെയെങ്കിലും പോകണമെങ്കിൽ ബൂട്ടിനോട് പറഞ്ഞാൽ മതി. ബൂട്ട് അവിടെ എത്തിച്ചിരിക്കും. തൊപ്പിയോട് മറയ്ക്കാൻ പറഞ്ഞാൽ മതി. ഉടനെ തൊപ്പി നമ്മളെ മറച്ചു പിടിക്കും. താക്കോലിന് ലോകത്തിലെ ഏതു വാതിലും പൂട്ടാൻ സാധിക്കും.

ചെറുപ്പക്കാരന് ആ മൂന്നു സാധനങ്ങളും കിട്ടണമെന്ന് ആഗ്രഹമുണ്ടായി. അതിനു കൊടുക്കാവുന്ന ഏറ്റവും വലിയ വില അയാൾ പറഞ്ഞു. ഏതായാലും വഴക്കവസാനിപ്പിക്കാൻ വേണ്ടി അവരതു വിറ്റു. പണം വീതിച്ചെടുത്തു.

അയാൾ അവിടുന്ന് കുറെദൂരം എത്തിയപ്പോൾ ബൂട്ടിനോട് പറഞ്ഞു.

"എന്നെ എന്റെ മൂത്ത സഹോദരിയുടെ വീട്ടിലെത്തിക്കൂ ബൂട്ടേ...."

ജീവിതത്തിലിന്നേവരെ കണ്ടിട്ടില്ലാത്തത്രയും വലിയ കൊട്ടാരത്തിൽ ഉടനെയെത്തി അയാൾ. സഹോദരിയോട് സംസാരിക്കാൻ ആഗ്രഹം പ്രകടിപ്പിച്ചു. തനിക്ക് സഹോദരൻ ഇല്ലെന്നും

അപരിചിതനോട് സംസാരിക്കാൻ താല്പര്യമില്ലെന്നും രാജ്ഞി അറിയിച്ചു. പെട്ടെന്നു തന്നെ തന്റെ കഥ അയാൾ വിവരിച്ചു. സഹോദരനെ സ്വീകരിക്കാൻ രാജ്ഞി തയ്യാറായി. പക്ഷേ, എങ്ങനെയാണ് സുരക്ഷിതമായ കൊട്ടാരത്തിനുള്ളിൽ കടന്നതെന്നു ചോദിച്ചു. മാന്ത്രിക ബൂട്ടിന്റെ കാര്യം അയാൾ പറഞ്ഞു.

വൈകുന്നേരമായി. സഹോദരി കരയാൻ തുടങ്ങി.

"എന്താ ചേച്ചീ? എന്തുപറ്റി?"

"മത്സ്യങ്ങളുടെ രാജാവാണ് എന്റെ ഭർത്താവ്. ഒരു മനുഷ്യനും ഇതിനുള്ളിൽ കടക്കുന്നത് അദ്ദേഹത്തിന് ഇഷ്ടമല്ല. അദ്ദേഹത്തിന് ദേഷ്യമാകും."

"എന്റെ കൈയിൽ ഒരു മാന്ത്രികത്തൊപ്പിയുണ്ട്. ആരുടെ മുന്നിലും അത് എന്നെ മറച്ചുപിടിക്കും."

സഹോദരിക്ക് സമാധാനമായി. കുറഞ്ഞ സമയത്തിനുള്ളിൽ മത്സ്യങ്ങളുടെ രാജാവ് കൊട്ടാരത്തിൽ വന്നു. അയാൾക്കന്ന് മോശമായ ഒരു ദിവസമായിരുന്നു. അതിന്റെ ഭാവങ്ങൾ അയാളുടെ മുഖത്തുണ്ടായിരുന്നു. അയാൾ എല്ലാം തട്ടിത്തെറിപ്പിച്ചാണ് നടന്നത്. അയാൾ മുരൾച്ചയോടെ പറഞ്ഞു.

"ഒരു മനുഷ്യന്റെ രക്തം മണക്കുന്നു. ഉം.... ഒരു മനുഷ്യന്റെ രക്തം മണക്കുന്നു."

രാജ്ഞി അയാളോട് വേഗത്തിൽ കുളിച്ചു വരാൻ നിർബ്ബന്ധിച്ചു. കുളി കഴിഞ്ഞപ്പോൾ കോപമൊക്കെ അടങ്ങി. അയാൾ ഭക്ഷണം കഴിച്ചു. വിശ്രമിക്കുന്ന സമയത്ത് രാജ്ഞി ചോദിച്ചു.

"ഒരുകാര്യം ചോദിച്ചോട്ടെ..."

"ഉം എന്താ?"

"എന്റെ സഹോദരനെ ഇവിടെ കണ്ടാൽ എങ്ങനെയായിരിക്കും പെരുമാറ്റം?"

"നിന്നോടുള്ളതുപോലെ. നിന്റെ സഹോദരനല്ലേ? ഇവിടെയുണ്ടെങ്കിൽ മുന്നിൽ വരാൻപറയൂ."

രാജ്ഞിയുടെ സഹോദരൻ തൊപ്പി എടുത്തുമാറ്റി. രാജാവ് ദേഷ്യമൊന്നും പ്രകടിപ്പിച്ചില്ല.

"ഇനി മറ്റെങ്ങും പോകണ്ട. ഈ കൊട്ടാരത്തിൽ ജീവിക്കാം.

എന്തുപറയുന്നു?"

"എനിക്ക് രണ്ടു സഹോദരിമാരെക്കൂടി കണ്ടെത്തണം. അതുവരെ ഇവിടെ നില്ക്കാൻ പ്രയാസമുണ്ട്."

"ഓഹോ.... എങ്കിൽ സഹായത്തിന് ഞാനൊരു സാധനം തരാം. ഒരു സ്കെയിലാണ്. മത്സ്യങ്ങളുടെ രാജാവേ സഹായിക്കണേ എന്ന് സ്കെയിലിൽ നോക്കി പറഞ്ഞാൽ മതി. ഏത് അപകടത്തിൽനിന്നും രക്ഷപ്പെടാം."

അയാൾ സ്കെയിൽ വാങ്ങി സൂക്ഷിച്ചു. രണ്ടാമത്തെ സഹോദരിയുടെ വീട്ടിലെത്തിക്കാൻ ബൂട്ടിനോട് പറഞ്ഞു. രണ്ടാമത്തെ സഹോദരിയുടെ അടുത്തെത്തി. അത് മൂത്ത സഹോദരിയുടെ വീട്ടിനേക്കാൾ വലിയ കൊട്ടാരം. നല്ല സ്വീകരണം. ആടുകളുടെ രാജാവാണ് രണ്ടാമത്തെ സഹോദരിയുടെ ഭർത്താവ്. ആ രാജാവ് ഒരു കമ്പിളിയാണ് കൊടുത്തത്. എന്തു തടസ്സമുണ്ടായാലും ആടുകളുടെ രാജാവിനെ വിളിച്ച് കമ്പിളിയോട് പറഞ്ഞാൽ മതിയാകും.

അവിടുന്നയാൾ മൂന്നാമത്തെ സഹോദരിയുടെ അടുത്തെത്തി. ഏറ്റവും മനോഹരമായ കൊട്ടാരം അതായിരുന്നു. ആ സഹോദരിയുടെ ഭർത്താവ് പ്രാവുകളുടെ രാജാവായിരുന്നു. അവിടുന്ന് ഒരു തൂവലാണ് കൊടുത്തത്. അപകടങ്ങളിൽനിന്നു രക്ഷപ്പെടാൻ തൂവലെടുത്ത് പ്രാവുകളുടെ രാജാവേ സഹായിക്കണം എന്നു പറയുകയേ വേണ്ടൂ.

സഹോദരന്റെ ബൂട്ടിന്റെ കഴിവിൽ സഹോദരീ ഭർത്താക്കന്മാർക്ക് നല്ലവിശ്വാസം വന്നു. അയാളോട് രാക്ഷസന്റെ രാജ്യത്തിലേക്ക് ചെല്ലാൻ അവർ ആവശ്യപ്പെട്ടു. അവർ പറഞ്ഞത് അപ്പടി അനുസരിക്കുവാനൊന്നും അയാൾ തയ്യാറായില്ല.

ഭീമാകാരന്മാരുടെ രാജാവിന് സുന്ദരിയായ ഒരു മകളുണ്ടെന്ന് അയാൾ കേട്ടിരുന്നു. അവളെ കല്യാണം കഴിക്കണമെന്ന് ഒരാഗ്രഹം അയാൾക്കുണ്ടായി. അന്വേഷിച്ചപ്പോൾ പലരും അവളെ വിവാഹം കഴിക്കാൻ ആഗ്രഹിച്ചിട്ടും സാധിച്ചില്ല എന്നുള്ള വിവരമാണ് കിട്ടിയത്. അതിനു കാരണം അവൾ നിബന്ധന വച്ചിരുന്നുവത്രെ. രാജകുമാരിയെ കാണാൻ വരുന്നവർ കണ്ണുകൾ

ഉയർത്താതെ അവളുള്ള മുറിയിൽ എത്തിച്ചേരണം എന്നുള്ള താണ് നിബന്ധന. എല്ലാവരും പരാജയപ്പെട്ടു.

മൂന്നു സഹോദരിമാരുടെ സഹോദരന് നിബന്ധന കേട്ട് കൗതുകം തോന്നി. അയാൾ നിലത്തേക്ക് കണ്ണുകൾ തറപ്പിച്ച് കൊട്ടാരത്തിനുള്ളിലേക്ക് നടന്നു. ജനാലയ്ക്കൽ ഈ കാഴ്ച നോക്കിയിരിപ്പുണ്ട് രാജകുമാരി. അയാൾ താഴേക്ക് നോക്കി ക്കൊണ്ട് രാജകുമാരിയുടെ അടുത്തെത്തി. രാജകുമാരിക്കു തൃപ്തിയായി.

രാജാവ് അയാളെ വിളിപ്പിച്ചു. വിവാഹത്തിനു കല്പന പുറ പ്പെടുവിച്ചു. വിവാഹം ആഘോഷപൂർവ്വം നടന്നു. വിവാഹ ശേഷം അയാളുടെ ചില സമ്പാദ്യങ്ങൾ രാജകുമാരി കണ്ടുപിടി ച്ചു. കാഴ്ചയിൽ നിസ്സാരമായ വസ്തുക്കൾ അയാളെന്തിനാണി ങ്ങനെ ഭദ്രമായി സൂക്ഷിക്കുന്നത് എന്ന് അവൾ ആരാഞ്ഞു. സാധ നങ്ങളിൽ താക്കോലാണ് അവൾക്ക് കൂടുതൽ താല്പര്യ മുണർത്തിയത്. കൊട്ടാരത്തിൽ ഒരിക്കലും തുറക്കാൻ കഴിഞ്ഞി ട്ടില്ലാത്ത ഒരു മുറിയാണത്. അതിൽ ഒരു മൃഗമുണ്ട്. ഭീകരനായ മൃഗം. കൊന്നാൽ വീണ്ടും ജീവിക്കുന്ന ആ മൃഗത്തെ കാണണ മെന്നുണ്ട് രാജകുമാരിക്ക്.

മുറി തുറക്കുന്ന കാര്യത്തിൽ ഭർത്താവിന് ഒട്ടും താല്പ ര്യമുണ്ടായിരുന്നില്ല. ആപത്തിനെ വെറുതെ പുറത്തിറക്കേണ്ട എന്നാണ് അയാൾ പറഞ്ഞത്. ഒരു ദിവസം രാജാവും അയാളും പരിവാരങ്ങളും വേട്ടയ്ക്കു പോയസമയം അയാളുടെ വിശേഷ പ്പെട്ട സമ്പത്ത് അവൾ പരിശോധിച്ചു. താക്കോൽ അവിടെത്ത ന്നെയുണ്ട്. ഭാഗ്യം. അവൾ സന്തോഷംകൊണ്ട് തുള്ളിച്ചാടിയില്ല എന്നേയുള്ളൂ. ഉടനെപോയി മുറി തുറന്നു. അതിൽനിന്നും അല റിക്കൊണ്ട് ജന്തു പുറത്തേക്കു ചാടി.

“നിന്നെയാണ് എനിക്കു വേണ്ടത്.”

ജന്തു രാജകുമാരിയെ പിടിച്ചു. അതിന്റെ കൂർത്ത നഖങ്ങൾ ശരീരത്തിൽ ആഴ്ത്തി.

രാജകുമാരിയുടെ ഭർത്താവും രാജാവും തിരിച്ചുവന്നു. രാജ കുമാരിയെ കാണാതെ അവർ പരിഭ്രമിച്ചു. അവൾ എവിടെ

പ്പോയെന്ന് ആർക്കും അറിഞ്ഞുകൂടാ. കൊട്ടാരത്തിലും തോട്ടത്തിലുമൊക്കെ തിരക്കി. കണ്ടില്ല. ജന്തുവിനെ സൂക്ഷിച്ച സ്ഥലത്തു ചെന്നുനോക്കി. വാതിലിൽ മാന്ത്രികത്താക്കോൽ കണ്ടു. അകത്ത് ആരുമില്ല. ജന്തുവും പോയിരിക്കുന്നു.

ബൂട്ടിന്റെ സഹായത്തോടെ ഭർത്താവ് രാജകുമാരിയുടെ അടുത്തെത്തി. ജന്തു ഭക്ഷണം തേടിപ്പോയ സമയമായിരുന്നു. സമുദ്രത്തിന്റെ ഗുഹയിൽനിന്ന് വേഗം രക്ഷപ്പെടാമെന്ന് രാജകുമാരി പറഞ്ഞു. ഭർത്താവ് സമ്മതിച്ചില്ല.

"എനിക്കുവേണമെങ്കിൽ നിന്നെ ഇപ്പോൾ പുറത്തേക്ക് കൊണ്ടുപോകാം. പക്ഷേ, അതുവേണ്ട.ആ ജന്തുവിന്റെ ജീവനെടുക്കാനുള്ള ഒരു ശ്രമമെങ്കിലും നീ നടത്തേണ്ടതാണ്. അതിന്റെ ജീവന്റെ രഹസ്യം ആദ്യം കണ്ടെത്തണം."

രാജകുമാരി കാത്തിരുന്നു. ജന്തു വന്നപ്പോൾ അതിന്റെ ജീവന്റെ രഹസ്യം അവൾ അന്വേഷിച്ചു. സ്വന്തം വമ്പ് പറയുന്നതിൽ അതിന് അഭിമാനം തോന്നി.

"ഞാൻ കടലിലാണ് ജീവിക്കുക. കടലിൽ ഒരു പെട്ടിയുള്ള സ്ഥലമുണ്ട്. പെട്ടിയിൽ ഒരു കല്ലുണ്ട്. കല്ലിനുള്ളിൽ ഒരു പ്രാവുണ്ട്. പ്രാവിന്റെ ഉള്ളിൽ ഒരു മുട്ടയുണ്ട്. മുട്ടയുടെ ഉള്ളിൽ ഒരു മെഴുകുതിരിയുണ്ട്. മെഴുകുതിരി കെട്ടുപോകുമ്പോൾ ഞാൻ മരിച്ചുപോകും."

ആ സമയത്ത് രാജകുമാരിയുടെ ഭർത്താവ് തൊപ്പിയുടെ സഹായത്താൽ അവിടെ മറഞ്ഞിരുന്ന് എല്ലാം കേൾക്കുന്നുണ്ടായിരുന്നു. അയാൾ കുറച്ചുസമയം കാത്തു. ജന്തു ഉറങ്ങാൻപോയ തക്കത്തിന് സ്കെയിലിൽ നോക്കി സഹായത്തിന് അഭ്യർത്ഥിച്ചു.

മത്സ്യത്തിന്റെ ഒരു വൻപട കുതിച്ചെത്തി. എന്ത് സഹായമാണ് വേണ്ടതെന്ന് അന്വേഷിച്ചു. കടലിനടിയിലുള്ള പെട്ടി കൊണ്ടുവരാൻ അയാൾ ആവശ്യപ്പെട്ടു. അവരാരും ആ പെട്ടി കണ്ടിട്ടില്ലത്രേ. ഒരുപക്ഷേ, വാൾ മത്സ്യത്തിന് അറിയാമായിരിക്കും.

അവർ വാൾ മത്സ്യത്തെ വിളിച്ചുകൊണ്ടു വന്നു. ഒരുനിമിഷം മുമ്പ് പെട്ടി കണ്ടിരുന്നു വാൾ മത്സ്യം. മത്സ്യങ്ങളെല്ലാം അങ്ങോട്ടു പുറപ്പെട്ടു. വേഗം അവർ പെട്ടിയുമായി വന്നു.

മാന്ത്രിക താക്കോൽകൊണ്ട് പെട്ടി തുറന്നു. പെട്ടിയിൽ ഒരു കല്ലു കണ്ടു.

കല്ലിനുള്ളിലാണ് പ്രാവുള്ളത്. പ്രാവിനെ കിട്ടണമെങ്കിൽ കല്ല് ഉടയ്ക്കണം. കമ്പിളിയെടുത്തു സഹായത്തിന് അഭ്യർത്ഥിച്ചപ്പോൾ ആടുകളുടെ ഒരു പടവന്നു. അവ ശക്തമായ തല കൊണ്ട് കുത്തി കല്ല് പിളർത്തി. ഒരു പ്രാവ് പറന്നു നിന്നു.

ജന്തു ഉണർന്നു. അതിന് വല്ലാത്ത അസ്വസ്ഥത തോന്നി. രോഗം പിടിപെട്ടതുപോലെ. രാജകുമാരിയോടു പറഞ്ഞതൊക്കെ ജന്തു ഓർമ്മിച്ചു. അവൾ എന്തെങ്കിലും ചെയ്തിട്ടുണ്ടെങ്കിൽ..... ജന്തുവിനു സംശയമുണ്ടായി. രാജകുമാരിയെ കൊല്ലുവാൻ ജന്തു മഴുവെടുത്തു.

രാജകുമാരിയുടെ ഭർത്താവ് തൂവലെടുത്ത് അപകടത്തിൽനിന്നും രക്ഷിക്കണമെന്ന് അപേക്ഷിച്ചു. ഒരു വലിയ സംഘം പ്രാവുകൾ വന്ന് കല്ലിനുള്ളിൽനിന്നും മുട്ടയെടുത്തു. മുട്ട പൊട്ടിച്ചു. മെഴുകുതിരി എടുത്തു കെടുത്തി. ആ നിമിഷം ജന്തു നിലത്തുവീണു മരിച്ചു. രാജകുമാരി അപകടമൊന്നുമില്ലാതെ രക്ഷപ്പെട്ടു.

ഭർത്താവ് രാജകുമാരിയെയുംകൊണ്ട് കൊട്ടാരത്തിലെത്തി. രാജാവ് മകളുടെ ഭർത്താവിനെ അഭിനന്ദിച്ചു. സന്തോഷം പ്രകടിപ്പിക്കാൻ ആഘോഷം നടത്താനും തീരുമാനിച്ചു.

ആഘോഷം ദിവസങ്ങളോളം നീണ്ടുനിന്നു. രാജകുമാരി രക്ഷപ്പെട്ടതിലും ആ ജന്തു മരിച്ചതിലും കൊട്ടാരത്തിലുള്ളവരും നാട്ടിലുള്ളവരും ആഹ്ലാദിച്ചു.

രാജകുമാരിയുടെ ഭർത്താവിനെ എല്ലാവരും പുകഴ്ത്തി. അയാൾ ജന്തുവിന്റെ തലയും വാലും മുറിച്ചു. തല രാജാവിനു കൊടുത്തു. വാൽ സ്വയം സൂക്ഷിച്ചു. വാൽ അയാളെ ചുറ്റാനുള്ള നീളമുണ്ടായിരുന്നു. ഒരുദിവസം അയാൾ വാൽ തന്റെ ശരീരത്തിൽ തമാശയ്ക്കു ചുറ്റിയതായിരുന്നു. അയാളുടെ ശരീരം വളരാൻ തുടങ്ങി. രാജാവിനോളം അയാൾ വലുതായി.

26

പഠനത്തിന്റെ വഴികൾ

പണ്ട് ഒരു രാജാവിന് ബുദ്ധികുറഞ്ഞ ഒരു മകനുണ്ടായിരുന്നു. കുറെ വർഷങ്ങളോളം വിദ്യാലയത്തിൽ പോയിട്ടും കുട്ടി ഒന്നുംപഠിച്ചില്ല. അവനെ പഠിപ്പിച്ചതുകൊണ്ട് ഫലമില്ലെന്നു അദ്ധ്യാപകരും തീരുമാനിച്ചു. അവനുവേണ്ടിയുള്ള ശ്രമം സമയം നഷ്ടപ്പെടുത്തുകയേ ഉള്ളൂ എന്ന് എല്ലാവരും വിധിയെഴുതി.

രാജകുമാരനായതുകൊണ്ട് രാജാവ് പുതിയ വഴികൾ ആലോചിക്കാൻ വേണ്ടി അഭിജ്ഞരായവരെയെല്ലാം കൊട്ടാരത്തിലേക്കു വിളിച്ചുവരുത്തി. ഒരു കൊല്ലത്തോളം പണ്ഡിതന്മാർ ചർച്ച ചെയ്തു. ഒടുവിൽ അവർ ഒരു തീരുമാനത്തിലെത്തി. പുസ്തകത്തിൽനിന്ന് കുട്ടിക്ക് ഒന്നും പഠിക്കാൻ കഴിയില്ല. ഏകാഭിപ്രായമായിരുന്നു അത്. അവനെ പിന്നെ എന്തുചെയ്യണമെന്നായി രാജാവ്. പല നാടുകളിലൂടെയും അവനെ സഞ്ചരിപ്പിക്കണമെന്ന് പണ്ഡിതന്മാർ നിർദ്ദേശിച്ചു.

രാജാവ് മകന്റെ യാത്രയ്ക്കുള്ള ഏർപ്പാടിന് കല്പന കൊടുത്തു. നല്ല വസ്ത്രങ്ങളും മികച്ച കുതിരയും തയ്യാറായി. ഒരു വലിയ ബാഗ് നിറയെ സ്വർണ്ണനാണയങ്ങളും കൊടുത്തു. രാജാവിന്റെ അനുഗ്രഹത്തോടെ ഒരു സുപ്രഭാതത്തിൽ യാത്ര ആരംഭിച്ചു. പണ്ഡിതന്മാരും യാത്രാമംഗളങ്ങൾ നേരാൻ ഉണ്ടായിരുന്നു.

ഒരു രാജ്യത്തെ യാത്രയിൽനിന്ന് അവൻ ഒരുകാര്യം പഠിച്ചു. രണ്ടാമത്തെ രാജ്യത്തുനിന്ന് വേറെ ഒരുകാര്യം പഠിച്ചു. രാജകുമാരനെ ഒന്നും പഠിപ്പിക്കാത്ത ഒരു രാജ്യവും ഉണ്ടായിരുന്നില്ല. പുസ്തകത്തിൽനിന്നു പഠിക്കാത്ത കുട്ടി യാത്രയിൽ പലകാര്യങ്ങളും പഠിച്ചുവന്നു. അപ്പോൾ അവന്റേത് തുറന്ന മനസ്സായിരുന്നു.

അവൻ ഒരു പട്ടണത്തിലെത്തി. അവിടെ പാടുന്ന ഒരു പക്ഷിയെ വില്ക്കുന്നതിനുള്ള ലേലം നടക്കുകയായിരുന്നു. ആ പക്ഷിയുടെ വിശേഷം എന്താണെന്ന് അവൻ അന്വേഷിച്ചു.

"ഈ പക്ഷിയുടെ ഉടമസ്ഥൻ ആവശ്യപ്പെടുമ്പോൾ പക്ഷിപാടും. പാട്ടുശ്രദ്ധിച്ചവർ ഉടനെ ഉറങ്ങിപ്പോകും."

പക്ഷിയെക്കൊണ്ട് ഉപകാരമുണ്ടെന്നു മനസ്സിലാക്കിയ അവൻ അതിനെ വാങ്ങി. അടുത്ത വില്പനവസ്തു ഒരു വണ്ടാണ്. വണ്ടിന്റെ പ്രത്യേകത ആരാഞ്ഞു.

"ഏതു മതിലും തുളച്ച് ലോകത്തിന്റെ ഏതുഭാഗത്തും അത് എത്തിച്ചേരും."

രാജകുമാരൻ വണ്ടിനെ വാങ്ങി.

പൂമ്പാറ്റയെയാണ് പിന്നീട് ലേലം ചെയ്യുന്നത്. അതിന്റെ സവിശേഷത അവൻ തിരക്കി.

"ഈ പൂമ്പാറ്റയുടെ ചിറകുകൾ വളരെ ശക്തിയുള്ളതാണ്. എത്ര ഭാരംവച്ചാലും അതുംകൊണ്ട് പൂമ്പാറ്റ പറന്നുകൊള്ളും."

രാജകുമാരൻ പൂമ്പാറ്റയെയും വാങ്ങി. പക്ഷിയെയും വണ്ടിനെയും പൂമ്പാറ്റയെയുംകൊണ്ട് യാത്ര ചെയ്തു. രാജകുമാരൻ ഒരു കാട്ടിലെത്തി. ഇടതൂർന്ന് വളരുന്ന ഒരു കാടാണ്. വഴി കാണാൻ കഴിയുന്നില്ല. അവിടെ കണ്ട ഏറ്റവും ഉയരമുള്ള മരത്തിൽ അവൻ കയറി. അവിടുന്ന് നോക്കിയപ്പോൾ കണ്ട മല പോലെയുള്ള സ്ഥലത്തേക്ക് എത്ര ദൂരമുണ്ടെന്ന് ഊഹിച്ചുനോക്കി. അതിനടുത്തേക്കു യാത്ര പുറപ്പെട്ടു. അടുത്തെത്തിയപ്പോഴാണ് അതൊരു ഭിത്തിയാണെന്നു മനസ്സിലായത്. ഭീമാകാരന്മാരുടെ ഭൂമിയുടെ ചുറ്റുമതിലാണത്.

മേഘങ്ങളിൽ തലമുട്ടുന്ന ഒരാൾ മതിലിനടുത്ത് കാവൽ

നില്ക്കുന്നുണ്ട്. പക്ഷിയോട് ഒരു പാട്ടുപാടാൻ അവൻ നിർദ്ദേശിച്ചു. പാട്ടുകേട്ടു കാവല്ക്കാരൻ ഉറങ്ങിപ്പോയി. വണ്ടിന്റെ പരിശ്രമംകൊണ്ട് മതിലിൽ ഒരു വഴിയുണ്ടാക്കാൻ കഴിഞ്ഞു. ആ വഴിയേ രാജകുമാരൻ അകത്തേക്കു കടന്നു.

ഭീമാകാരന്മാരുടെ ഭൂമിയിൽ കടന്ന ഉടനെ രാജകുമാരൻ കണ്ടത് ഒരു രാജകുമാരിയെയാണ്. അവളെ തടവിലിട്ടിരിക്കുകയായിരുന്നു. വണ്ട് വഴിയുണ്ടാക്കിയത് കാരാഗൃഹത്തിലേക്കാണ്.

അപകടത്തിൽപ്പെട്ട സ്ത്രീകളെ ഉടൻ രക്ഷിക്കണമെന്ന് അവൻ പഠിച്ചിരുന്നു. അവളെ രക്ഷിക്കാൻ എന്താണ് ചെയ്യേണ്ടതെന്ന് രാജകുമാരൻ ചോദിച്ചു.

“എന്നെ രക്ഷിക്കാൻ കഴിയുമെന്ന് തോന്നുന്നില്ല. തടവറയുടെ മുന്നിൽ ഒരു കാവല്ക്കാരൻ നില്പുണ്ട്. അയാൾ ഒരിക്കലും ഉറങ്ങുകയില്ല.”

“അതു കാര്യമാക്കേണ്ട. അയാളെ ഞാൻ ഉറക്കിക്കോളാം.”

അവർ സംസാരിക്കുന്ന ശബ്ദം കേട്ട് ഭീമാകാരന്മാർ ശ്രദ്ധിച്ചു.

“പാടൂ പക്ഷീ പാടൂ.....”

രാജകുമാരൻ പക്ഷിയോടു പറഞ്ഞു. ഒറ്റവരിയേ പാടിയുള്ളൂ. കാവല്ക്കാരൻ ഉറക്കത്തിൽ വീണു. ജീവിതത്തിൽ ഒരിക്കൽപ്പോലും ഉറങ്ങിയിട്ടില്ലായിരുന്നു അയാൾ.

“ഉടനെ പുറത്തിറങ്ങണം.”

രാജകുമാരൻ പറഞ്ഞു:

“എന്താണ് വഴി?”

“എന്റെ വണ്ട് ഭിത്തിയിൽ വഴി തുരന്നിട്ടുണ്ട്.”

“എത്രയോ കാലമായി ഞാനിവിടെ. എനിക്ക് നടക്കാൻ കഴിവില്ല.”

“ഓ അതു സാരമില്ല. എന്റെ പൂമ്പാറ്റ നിന്നെ കൊണ്ടുപൊയ്ക്കൊള്ളും.”

പൂമ്പാറ്റയുടെ ചിറകിലേറി രാജകുമാരി പുറത്തുകടന്നു.

രാജകുമാരൻ രാജകുമാരിയെയുംകൊണ്ട് പിതാവിന്റെ രാജ്യ

ത്തിലേക്കു തിരിച്ചു. രാജാവും പ്രജകളും കുമാരനെ സന്തോഷ ത്തോടെയാണ് സ്വീകരിച്ചത്.

രാജകുമാരന്റെ സാഹസികതകൾ അറിഞ്ഞ പണ്ഡിതരും മറ്റും അവനിനിയും ബുദ്ധിയില്ലാത്തവനെന്ന് അറിയപ്പെടില്ലെന്ന് ഉറച്ചു വിശ്വസിച്ചു.

27

ഡോമിംഗോയുടെ പൂച്ച

പാവപ്പെട്ട ഒരാളായിരുന്നു ഡോമിംഗോ. അയാൾക്ക് ഭക്ഷണത്തിനുവേണ്ടി ഓരോ സാധനങ്ങളായി വിറ്റുകൊണ്ടിരുന്നു. ഇനി വില്ക്കാൻ ഒരു പൂച്ച മാത്രമാണുള്ളത്. പൂച്ചയെ വേർപിരിയാൻ ഡോമിംഗോയ്ക്ക് ഒട്ടും ഇഷ്ടമല്ല.

ഡോമിംഗോ പൂച്ചയോടു പറഞ്ഞു:

"നിന്നെ ഞാൻ ആർക്കും കൊടുക്കില്ല. പട്ടിണി കിടന്നാലും ഞാൻ നിന്നെ വേർപിരിയില്ല."

"എന്നെ കൈയിലുള്ള കാലത്തോളം യജമാനൻ പട്ടിണി കിടക്കേണ്ടി വരില്ലയെന്ന് ഞാൻ ഉറപ്പുതരാം. നമുക്കു രണ്ടു പേർക്കും കൂടി ഭാഗ്യമുണ്ടാക്കാൻ പോവുകയാണ് ഞാൻ."

പൂച്ച കാട്ടിലേക്കു പോയി. അവിടെ പൂച്ച കുഴിക്കാൻ തുടങ്ങി. കുഴിക്കുമ്പോൾ പൂച്ചയ്ക്ക് വെള്ളിക്കഷണങ്ങൾ കിട്ടി. പൂച്ച അതുംകൊണ്ട് വീട്ടിൽവന്നു. അവന്റെ യജമാനനു ഭക്ഷണം വാങ്ങാൻ അതുമതിയായിരുന്നു. പൂച്ച വീണ്ടും കാട്ടിൽപോയി കുഴിച്ചു. കിട്ടിയ വെള്ളിക്കഷണങ്ങൾ രാജാവിന്റെ അടുത്തുകൊണ്ടുചെന്നു.

അടുത്ത ദിവസം കുഴിച്ചപ്പോൾ കിട്ടിയ സ്വർണ്ണവും അതിനുശേഷം കിട്ടിയ രത്നങ്ങളും പൂച്ച രാജാവിനു സമ്മാനിച്ചു.

"നിനക്കീ സമ്മാനങ്ങൾ എവിടുന്നാണ് കിട്ടിയത്? ആരാണു നിന്നെ ഇതും തന്ന് പറഞ്ഞയച്ചത്?"

"എന്റെ യജമാനൻ ഡോമിംഗോ."

രാജ്യത്തെ ഏറ്റവും വലിയ സമ്പന്നനാണ് ഡോമിംഗോ എന്ന് രാജാവു വിചാരിച്ചു. രാജകുമാരിയെ ഡോമിംഗോയെക്കൊണ്ട് കല്യാണം കഴിപ്പിക്കാമെന്ന് രാജാവ് ആഗ്രഹിച്ചു. പൂച്ച വഴി വിവരവും അറിയിച്ചു.

"എനിക്ക് നല്ല വസ്ത്രങ്ങളില്ല. കല്യാണത്തിന് നല്ല വസ്ത്രങ്ങൾ വേണ്ടേ?"

"അതൊക്കെ ഞാൻ നോക്കിക്കൊള്ളാം."

പൂച്ച അയാളെ സമാധാനിപ്പിച്ച് രാജാവിന്റെ മുന്നിൽ വന്നു.

"മഹാരാജാവേ..... നാട്ടിൽ ഒരു തീപിടിത്തമുണ്ടായി. എന്റെ യജമാനന്റെ വസ്ത്രങ്ങൾ തുന്നല്ക്കാരന്റെ പീടികയിൽനിന്നും തീപിടിച്ചു നശിച്ചു. രാജാവു സഹായിക്കണം."

രാജാവു സംശയിച്ചതേയില്ല. വിവാഹവസ്ത്രങ്ങൾ എത്തിച്ചുകൊടുത്തു.

"വിവാഹം കഴിഞ്ഞാൽ വധുവിനെ കൊണ്ടുവരാൻ കൊട്ടാരമില്ല."

ഡോമിംഗോ ദയനീയത പൂച്ചയോടു പറഞ്ഞു. പൂച്ച ഉടൻ കാട്ടിലേക്കോടി. കാട്ടിൽ ഭീമാകാരൻ താമസിക്കുന്ന കൊട്ടാരത്തിൽ ചെന്നു. ഭീമാകാരനെ തൊഴുതു.

"എന്റെ യജമാനനാണു ഡോമിംഗോ. നിങ്ങളുടെ കൊട്ടാരം കുറച്ചു കാലത്തേക്ക് യജമാനനു വാടകയ്ക്ക് വേണമായിരുന്നു."

ഭീമാകാരന് അപമാനിക്കപ്പെട്ടതുപോലെ തോന്നി.

"ഞാനീക്കൊട്ടാരം നിനക്കോ നിന്റെ യജമാനനോ മറ്റാർക്കെങ്കിലുമോ വാടകയ്ക്ക് തരില്ല. പൊയ്ക്കോ."

"വാടകയ്ക്കു തരില്ല അല്ലേ.....നന്നായി."

പൂച്ച ഭീമാകാരനെ ഒരു കണ്ണിന്റെ വലുപ്പത്തിലുള്ള പന്നിയിറച്ചിക്കഷ്ണമാക്കി. ഉടനെ വിഴുങ്ങുകയും ചെയ്തു.

ഭീമാകാരന്റെ കൊട്ടാരം വിസ്മയകരമായിരുന്നു. ഒരു മുറി വെള്ളികൊണ്ടും ഒരു മുറി സ്വർണ്ണംകൊണ്ടും അലങ്കരിച്ചതാ

യിരുന്നു. പൂന്തോട്ടത്തിന്റെ കവാടംവരെ നദി ഒഴുകിക്കൊണ്ടിരുന്നു.

രാജകുമാരിയെയുംകൊണ്ട് ഉല്ലാസനൗകയിൽ പുഴയിലൂടെ ഡോമിംഗോ വരുമ്പോൾ പൂച്ച ജനാലയിലിരുന്ന് പാട്ടുപാടുകയാണ്. പിന്നെ പൂച്ചയെ കണ്ടില്ല. വേറെ പാവപ്പെട്ടവരെ സമ്പന്നരാക്കാൻ പൂച്ച കാട്ടിലേക്കു പോയി.

28

ഭീമാകാരന്റെ ശിഷ്യൻ

മാനോവൽ വളരെ ചെറിയ കുട്ടിയായിരുന്നു. വളരെ പാവപ്പെട്ടവരായിരുന്നു അവന്റെ അച്ഛനമ്മമാർ. അവനെ വിദ്യാലയത്തിലയച്ച് പഠിപ്പിക്കുവാൻ അവർക്കു കഴിഞ്ഞില്ല.

എല്ലാ ദിവസവും രാവിലെ മാനോവൽ കളിക്കാനിറങ്ങും. വയലാണ് പ്രധാന കളിസ്ഥലം. കാടിന്റെ അടുത്താണ് വയൽ. കാട്ടിൽ ഒരു ഭീമാകാരൻ താമസിച്ചിരുന്നു.

ഒരു ദിവസം മാനോവൽ ഭീമാകാരനെ കണ്ടു. കാട്ടിൽ ഒറ്റയ്ക്കാണ് അയാളുടെ താമസം. ഒറ്റയ്ക്കു ജിവിക്കുന്നത് അയാൾക്ക് വിഷമമായിരുന്നു. ഒരു ചെറിയകുട്ടിയെങ്കിലും ഉണ്ടായിരുന്നെങ്കിലെന്ന് അയാൾക്ക് ആഗ്രഹമുണ്ട്. മാനോവലും ഭീമാകാരനും സുഹൃത്തുക്കളെ പോലെയായി. എല്ലാദിവസവും അവർ ഒരുമിക്കുകയും ചെയ്തുവന്നു.

കൊച്ചു മാനോവലിനെ ഭീമാകാരന് വലിയ ഇഷ്ടമാണ്. കാടിനെക്കുറിച്ചുള്ള എല്ലാവിവരങ്ങളും ഭീമാകാരൻ മാനോവലിനെ പഠിപ്പിച്ചു. കാറ്റ്, മഴ, മിന്നൽ, ഇടി എന്നീ കാര്യങ്ങൾ മാനോവലിനിപ്പോൾ അറിയാം. പാമ്പുകളെയും പക്ഷികളെയും മൃഗങ്ങളെയുംകുറിച്ച് ഒരുപാട് കാര്യങ്ങൾ മാനോവൽ മനസ്സിലാക്കി. എല്ലാം ഭീമാകാരനിൽനിന്നാണ്.

വിവേകശാലിയായി മാനോവൽ വളർന്നുവരുന്നതിൽ മാതാപിതാക്കൾക്ക് അഭിമാനംതോന്നി. ഇതിനു കാരണക്കാരനായ ഭീമാകാരനോടും മതിപ്പുണ്ട്.

ഒരുദിവസം രാജാവിന്റെ പ്രത്യേകവിളംബരമുണ്ടായി. രാജകുമാരി വിവാഹംചെയ്യാൻ ആഗ്രഹിക്കുന്നു. വരന് ഒരു പ്രത്യേക ഗുണം വേണമെന്ന നിർബ്ബന്ധമുണ്ട്. രാജകുമാരിക്ക് ഉത്തരം പറയാൻ കഴിയാത്ത ഒരു കടങ്കഥ പറയുന്നയാളെയേ വിവാഹം ചെയ്യൂ. കൊട്ടാരത്തിലെത്തുന്ന പലരുടെയും മേന്മ വളരെ കുറവായതുകൊണ്ടാണ് രാജകുമാരി ഈ നിബന്ധന വച്ചത്.

വിളംബരത്തെപ്പറ്റി മാനോവലും കേട്ടു. അവൻ അച്ഛനോടും അമ്മയോടുമായി പറഞ്ഞു.

"ഞാൻ കൊട്ടാരത്തിൽ പോകുന്നുണ്ട്. കടങ്കഥ പറയാൻ. രാജകുമാരിക്ക് ഉത്തരം പറയാൻ കഴിയുകയേ ഇല്ല. എനിക്ക് ഉറപ്പുണ്ട്."

"നീ നല്ല സമർത്ഥനാണെന്ന് എനിക്ക് നല്ല നിശ്ചയമുണ്ട്. ധാരാളം രാജകുമാരന്മാർ അവിടെ വരും. മുഷിഞ്ഞ വസ്ത്രമുടുത്ത് ചെല്ലുന്ന നിന്നെ ആരും ശ്രദ്ധിക്കില്ല."

അമ്മ വിഷമം പറഞ്ഞു.

"രാജകുമാരിയെക്കൊണ്ട് ഞാൻ ശ്രദ്ധിപ്പിക്കും."

മാനോവലിന്റെ ശബ്ദം ഉയർന്നതായിരുന്നു.

"ഏതു കടങ്കഥയാണ് നീ ചോദിക്കാൻ പോകുന്നത്?"

അച്ഛൻ ചോദിച്ചു.

"ഇപ്പോൾ എനിക്കതറിയില്ല. കൊട്ടാരത്തിലേക്കു പോകുന്ന വഴിയിൽ ഞാനൊന്നുണ്ടാക്കും. ഞാനിപ്പോൾത്തന്നെ പുറപ്പെടുകയാണ്."

ഭീമാകാരൻ മാനോവലിന് എല്ലാ അനുഗ്രഹങ്ങളും നല്കി. വഴിക്കുള്ള ഭക്ഷണം അമ്മ പൊതിഞ്ഞുനല്കി. മാനോവൽ അവന്റെ നായയെ ഒപ്പംകൂട്ടിയാണ് പോയത്. വേറാരുമില്ല ഒപ്പംപോകാൻ.

നടന്നു നടന്ന് തളർന്നു. ഭക്ഷണമെല്ലാം തീർന്നു. കഴിക്കാൻ ബാക്കിവച്ചിരുന്ന കുറച്ച് റൊട്ടിയുണ്ടായിരുന്നു. അതു നായക്കു

കൊടുത്തു. നായ പെട്ടെന്നു തന്നെ മരിച്ചുപോയി. റൊട്ടിയിൽ വിഷാംശമുണ്ടായിരുന്നു. മൂന്നു വെള്ളപ്പരുന്തുകൾ പറന്നുവന്ന് നായയെ ഭക്ഷിച്ചു. അവയും മരിച്ചുപോയി. ആ സമയത്ത് ഏഴു കുതിരക്കാർ വരുന്നതു കണ്ടു. അവർ കൊള്ളക്കാരാണ്. അവരുടെ കൈയിൽ ധാരാളം പണമുണ്ടെങ്കിലും ഭക്ഷണം കിട്ടാതെ വിഷമിച്ചാണ് വരവ്. അവർ വെള്ളപ്പരുന്തിനെ ഭക്ഷിച്ചു. തൽക്ഷണം ഏഴുപേരും മരിച്ചുവീണു.

"പരുന്തുകൾ എന്റെ നായയെ എടുത്തതുകൊണ്ട് പരുന്തുകൾ എന്റേതാണ്. കൊള്ളക്കാർ എന്റെ പരുന്തുകളെ എടുത്തതുകൊണ്ട് കൊള്ളക്കാർ എന്റേതാണ്. അവരുടെ പണം എന്റേതാണ്."

മാനോവൽ കൊള്ളക്കാരുടെ പണമെല്ലാം എടുത്തു. അവരുടെ നേതാവിന്റെ നല്ല വസ്ത്രങ്ങൾ എടുത്തണിഞ്ഞു. കുതിരപ്പുറത്തുകയറി കൊട്ടാരത്തിലേക്ക് കുതിര കുതിച്ചു.

കുതിരപ്പുറത്ത് എത്തിയ മാനോവലിനെ കാവല്ക്കാർ രാജകുമാരിയുടെ മുന്നിൽ എത്തിച്ചു.

രാജകുമാരി മാനോവലിന്റെ കണ്ണുകളിൽ സൂക്ഷിച്ചുനോക്കി. കാടിന്റെ രഹസ്യങ്ങളത്രയും ആ കണ്ണുകളിലൂടെ രാജകുമാരി കണ്ടു. ഇയാൾ പറയുന്ന കടങ്കഥ യുക്തമായിരിക്കുമെന്ന ഒരു തോന്നലുണ്ടായി രാജകുമാരിക്ക്. ഇതുവരെ അവിടെ വന്നവരാരും ചോദിച്ച കടങ്കഥയും പൂർത്തിയാക്കും മുമ്പ് രാജകുമാരി ഉത്തരം പറഞ്ഞിരുന്നു.

മാനോവൽ കടങ്കഥ പറഞ്ഞുതുടങ്ങി.

"ഞാൻ വീട്ടിൽനിന്നും പുറപ്പെടുമ്പോൾ കീശനിറയെ ഉണ്ടായിരുന്നു. വേഗം അതു കാലിയായി. വീണ്ടും നിറഞ്ഞു. വീട്ടിൽനിന്നിറങ്ങുമ്പോൾ എനിക്കൊരു കൂട്ടുണ്ടായിരുന്നു. എന്റെ കീശയിലുള്ളത് അവനെ കൊന്നു. മരിച്ച അവൻ മൂന്നുപേരെ കൊന്നു. മൂന്നു മരിച്ചവർ ഏഴുപേരെ കൊന്നു. ഏഴുപേരിൽനിന്ന് നല്ലതു ഞാൻ തെരഞ്ഞെടുത്തു. സുന്ദരിയായ രാജകുമാരിയുടെ മുന്നിൽ നില്ക്കുന്നു."

ഒരിക്കൽക്കൂടി കടങ്കഥ ആവർത്തിക്കാൻ രാജകുമാരി ആവശ്യപ്പെട്ടു. മാനോവൽ ആവർത്തിച്ചു പറഞ്ഞു. രാജകുമാരി അതി

ഗാഢമായി ആലോചിച്ചു. രാജകുമാരിക്കും രാജസദസ്സിലുള്ള ഒരാൾക്കും ഉത്തരം പറയാൻ സാധിച്ചില്ല.

രാജാവ് രാജകുമാരിയെ മാനോവലിനു വിവാഹം ചെയ്തു കൊടുത്തു. വിവാഹശേഷം മാനോവൽ രാജകുമാരിക്ക് കടങ്കഥയുടെ സംഭവം വിവരിച്ചു കൊടുക്കുകയും ചെയ്തു.

29

നരിയും കലമാനും

വളരെ വളരെ പണ്ട് ഒരു സുന്ദരനായ കലമാനുണ്ടായിരുന്നു. അതിന്റെ കൊമ്പുകൾ ധാരാളം ശാഖകളുള്ളതും വലിയതുമായിരുന്നു. ഒരുദിവസം കലമാൻ സ്വയം പറഞ്ഞു.

"എനിക്ക് സ്വന്തമായി വീടില്ലാത്തത് കഷ്ടമാണ്. എവിടെയെങ്കിലുമൊക്കെയല്ലേ ഞാൻ ജീവിക്കുന്നത്. എനിക്കായി ഞാൻ തന്നെ ഒരു വീടു പണിയും."

കലമാൻ വീടു പണിയുന്നതിനുവേണ്ടി സ്ഥലം തെരഞ്ഞു നടന്നു. കുന്നിലും താഴ്‌വരയിലും പുഴക്കരയിലും മരച്ചോട്ടിലുമൊക്കെ നോക്കി. പറ്റിയസ്ഥലം കണ്ടുകിട്ടിയില്ല.

ഒടുവിൽ കലമാൻ സ്ഥലം കണ്ടുപിടിച്ചു. അധികം ഉയരത്തിലല്ല. അധികം താഴെയുമല്ല. അരുവിയിൽനിന്നും കൂടുതൽ അകലെയുമല്ല. അധികം അടുത്തുമല്ല. വലിയ മരത്തിന്റെ ചുവട്ടിലാണെങ്കിലും അധികം കാടൊന്നുമില്ല. സൂര്യന്റെ വെളിച്ചം നേരിട്ടു പതിക്കുകയുമില്ല.

"ഇവിടെ ഞാനെന്റെ വീടുപണിയും."

കലമാൻ പറഞ്ഞു. സ്ഥലമൊക്കെ വൃത്തിയാക്കി. രാത്രിയാകുന്നതുവരെ പണിയായിരുന്നു.

അതേ രാജ്യത്ത് സുന്ദരനായ ഒരു നരിയും ജീവിച്ചിരുന്നു.

അതിന്റെ പല്ലുകൾ കൂർത്തുമൂർത്തതായിരുന്നു. കണ്ണുകൾ ഭീകരമായി തിളങ്ങുന്നവയാണ്. ഒരുദിവസം നരി സ്വയംപറഞ്ഞു.

"എനിക്ക് സ്വന്തമായി ഒരു വീടില്ലല്ലോ. എവിടെയെങ്കിലുമൊക്കെയല്ലേ ഞാൻ താമസിക്കുന്നത്. എനിക്കു വേണ്ടി ഞാനൊരു വീടുണ്ടാക്കും."

നരി അതിനു യോജിച്ച സ്ഥലവും തേടിയിറങ്ങി. എല്ലാ കുന്നുകളിലും ചെന്നുനോക്കി. താഴ്‌വാരങ്ങൾ, നദീതീരങ്ങൾ, മരച്ചുവടുകൾ എന്നിവിടങ്ങളിലെല്ലാം തെരഞ്ഞു. അവസാനം നരിക്ക് ഒരു സ്ഥലം ഇഷ്ടപ്പെട്ടു. അധികം ഉയരത്തിലുമല്ല അധികം താഴ്ന്നതുമല്ലാത്ത സ്ഥലം. നദിയുടെ അടുത്തും കൂടുതൽ ദൂരത്തിലുമല്ല. കൂടുതൽ മരങ്ങളുള്ള സ്ഥലവുമല്ല കൂടുതൽ വെയിലേല്ക്കുന്ന സ്ഥലവുമല്ല.

നരി സ്വയംപറഞ്ഞു.

"ഞാൻ എന്റെ വീട് ഇവിടെയാണ് നിർമ്മിക്കുക. എന്റെ വീട്ടിന് യോജിച്ച സ്ഥലമാണിത്."

നരി ഉടനെ സ്ഥലം വൃത്തിയാക്കാൻ തുടങ്ങി. ജോലി തീരുമ്പോഴേക്ക് നേരം വെളുത്തു. നരി അവിടുന്നും പോയി.

പകലായപ്പോൾ കലമാൻ വന്നു. താൻ വൃത്തിയാക്കിയ സ്ഥലം കൂടുതൽ നന്നാക്കിയിരിക്കുന്നു. ആരോ സഹായിക്കാൻ വന്നിട്ടുണ്ടെന്ന് കലമാൻ വിചാരിച്ചു. ഇപ്പോൾ തറകെട്ടാൻ ഒരു പ്രയാസവുമില്ല.

കലമാൻ ജോലിയാരംഭിച്ചു. വൈകുന്നേരമായപ്പോഴേക്കും അടിത്തറയുടെ പണിതീർന്നു. കലമാൻ തിരിച്ചുപോയി.

രാത്രിയായപ്പോൾ നരി വന്നു. പുതിയവീടിന്റെ പണിതുടങ്ങിയിരിക്കുന്നതുകണ്ട് നരി ആശ്ചര്യപ്പെട്ടു. താൻ പണിയെടുക്കുന്നതുകണ്ട ആരോ സഹായത്തിനു വന്നിരിക്കുന്നു എന്നാണ് നരി വിചാരിച്ചത്.

അധികം ആലോചിച്ചു നില്ക്കാതെ നരി പണിതുടങ്ങി. ചുമരുകളും ജനലും വാതിലുമൊക്കെയായി. അപ്പോഴേക്കും രാവിലെയായതുകൊണ്ട് നരിപോയി.

പതിവുപോലെ രാവിലെ കലമാൻ വന്നു. ഭിത്തി പണിത

തുകണ്ട് കലമാനിനു വിശ്വാസം വന്നില്ല. കലമാൻ കുറെത്തവണ കണ്ണുതിരുമ്മി നോക്കി. സ്വപ്നം കാണുകയാണോ എന്നു പോലും കലമാനിനു തോന്നിപ്പോയി.

"ആരോ സഹായിക്കാൻ വരുന്നുണ്ട്. തീർച്ച. വലിയവാതിലും ഭംഗിയുള്ള ചെറിയ ജനലും തനിയേ ഉണ്ടാവുകയില്ല."

കലമാൻ സ്വയം പറഞ്ഞുകൊണ്ട് മേല്ക്കൂര നിർമ്മിക്കാൻ തുടങ്ങി. കഠിനമായ ജോലി ചെയ്തതുകൊണ്ട് വൈകുന്നേരമായപ്പോഴേക്കും മേല്ക്കൂര പണിതു. ഉണങ്ങിയ പുല്ലുകൊണ്ടാണ് മേല്ക്കൂര മേഞ്ഞത്.

"ഇന്നുരാത്രി എനിക്കെന്റെ സ്വന്തം വീട്ടിൽ താമസിക്കാം."

കലമാൻ സ്വയം പറഞ്ഞുകൊണ്ട് ഒരു മൂലയിൽ കിടക്കയൊരുക്കി. അതിൽക്കിടന്ന് സുഖമായുറങ്ങി.

പുതിയവീടിന്റെ പണി പൂർത്തിയാക്കാൻ രാത്രി നരി വന്നു. വീടിന്റെ പണി പൂർത്തിയായതു കണ്ട് നരിക്കു വിശ്വസിക്കാൻ കഴിഞ്ഞില്ല. ചുമരുണ്ടാക്കിപ്പോയതാണ് കഴിഞ്ഞരാത്രി. ഇപ്പോൾ മേല്ക്കൂര പണിഞ്ഞിരിക്കുന്നു. എങ്ങനെയാണിതു വിശ്വസിക്കുക....ആരോ സഹായിക്കാൻ വരുന്നുണ്ട് എന്നത് തീർച്ചയാണ്. നരി വാതിൽ തുറന്ന് അകത്തേക്കു കടന്നു.

ഒരു മൂലയിൽ സുഖനിദ്രയിലുള്ള കലമാനെയാണ് നരി ആദ്യം തന്നെ കണ്ടത്. ശക്തമായ ശബ്ദത്തിൽ നരി ചോദിച്ചു.

"നീയാരാണ്? എന്റെ വീട്ടിൽ നിനക്കെന്താണു കാര്യം?"

കലമാൻ ഉറക്കമുണർന്ന് നോക്കി. നരിയെക്കണ്ട് തിരിച്ചു ചോദിച്ചു.

"നീയാരാ? എന്റെ വീട്ടിൽ നിനക്കെന്താ കാര്യം?"

നരിക്ക് ആ ചോദ്യം തീരെ പിടിച്ചില്ല.

"ങ്ഹേ......നിന്റെ വീടോ.....? ഇതെന്റെ വീടാണ്. ഞാൻ സ്വന്തമായുണ്ടാക്കിയ വീട്."

"നീയെന്താ പറഞ്ഞത്? നിന്റെ വീടോ? ഞാനുണ്ടാക്കിയ എന്റെ വീടാണിത്."

കലമാനും വാശിയിലായിരുന്നു. നരി ചെയ്ത പ്രവൃത്തികൾ വിശദീകരിച്ചു.

"ഞാനാണ് നിലം വൃത്തിയാക്കി ചുമരുണ്ടാക്കിയത്."

"നിലം വൃത്തിയാക്കാൻ തുടങ്ങിയത് ഞാനാണ്. തറകെട്ടിയതും മേല്ക്കൂര പണിഞ്ഞതും ഞാനാണ്."

കലമാൻ തന്റെ ഭാഗം ന്യായീകരിച്ചു. രണ്ടുപേരും പുലരുന്നതുവരെ കലഹിച്ചുകൊണ്ടിരുന്നു. വെളിച്ചം വന്നപ്പോൾ രണ്ടുപേരും ഒത്തുതീർപ്പിലെത്തി. രണ്ടുപേരും ആ വീട്ടിൽ താമസിക്കാമെന്നായി തീരുമാനം.

അടുത്ത ദിവസം രാത്രി നരി കലമാനിനോടു പറഞ്ഞു.

"ഞാൻ വേട്ടയ്ക്കു പോവുകയാണ്. നീ വെള്ളം കൊണ്ടുവരണം. വിറകും എത്തിച്ചേക്കണം. ഞാൻ മിക്കവാറും വിശന്നിട്ടാവും വരിക."

കലമാൻ വെള്ളവും വിറകും കൊണ്ടുവന്നു വച്ചു. കുറച്ചുസമയം കഴിഞ്ഞപ്പോൾ നരി വന്നു. ഒരു സുന്ദരനായ കലമാനിനെയുംകൊണ്ടാണ് നരി വന്നിരിക്കുന്നത്. അന്ന് നരിയുടെ ഭക്ഷണം ആ കലമാനായിരുന്നു.

കലമാനിനു വിശപ്പു തോന്നിയില്ല. രാത്രി കലമാൻ ഒരുപോള കണ്ണടച്ചില്ല.

രണ്ടാം ദിവസം കലമാൻ നരിയോടു പറഞ്ഞു അത് വേട്ടയ്ക്കു പോവുകയാണെന്ന്. കലമാൻ തിരിച്ചുവരുമ്പോഴേക്ക് വെള്ളവും വിറകുമൊക്കെ എത്തിച്ചു കാത്തിരുന്നു. കലമാൻ വന്നത് വലിയൊരു നരിയുടെ ശരീരവുംകൊണ്ടാണ്.

"എനിക്ക് നല്ല വിശപ്പുണ്ട്. വേഗം ആഹാരം കഴിക്കാം."

കലമാൻ പറഞ്ഞത് നരി ശ്രദ്ധിച്ചതേയില്ല. നരിക്ക് വിശപ്പും തോന്നിയില്ല. അന്നു രാത്രി നരിയും കലമാനും ഉറങ്ങിയതേയില്ല. കണ്ണടച്ചാൽ നരി കൊല്ലുമെന്ന് വിചാരിച്ച് കലമാൻ ഉറങ്ങാതെ കിടന്നു. നരി വിചാരിച്ചത് കലമാൻ കൊല്ലുമെന്നാണ്. അതുകൊണ്ട് ഉറങ്ങുന്നതുപോലെ അഭിനയിക്കുകയും ചെയ്തില്ല.

പുലരാറായി. ഒറ്റ കിടപ്പായിരുന്നു രാത്രി. അത് തലതിരിക്കുമ്പോൾ കൊമ്പ് മേല്ക്കൂരയിൽ തട്ടി വലിയ ഒച്ചയുണ്ടായി. നരി വിചാരിച്ചത് കലമാൻ കൊല്ലാൻ വരുന്നുണ്ടെന്നാണ്. പേടിച്ചുപോയ നരി മെല്ലെ വാതിൽ തുറന്ന് പുറത്തു കടന്ന് കഴിയാ

വുന്നത്ര വേഗത്തിൽ ഓടി. ഒരുപാടു ദൂരെ എത്തുന്നതുവരെ തിരിഞ്ഞുനോക്കാതെയാണ് ഓടിയത്.

കലമാൻ വിചാരിച്ചത് നരി കൊല്ലാനുള്ള ഒരുക്കത്തിലാണെന്നാണ്. കലമാനും പുറത്തുകടന്ന് ഒറ്റ ഓട്ടം.

നരിയും കലമാനും വീടും ഉപേക്ഷിച്ച് ഓട്ടംതന്നെ ഓട്ടം.

30

ഏറ്റവും സുന്ദരിയായ രാജകുമാരി

പണ്ടുപണ്ട് ഒരു രാജാവുണ്ടായിരുന്നു. അദ്ദേഹത്തിന് അസുഖം ബാധിച്ചു. രാജാവിന് സൂപ്പുണ്ടാക്കുവാൻ ഒരു മുയലിനെ പിടിക്കണം. രാജാവിന്റെ ഏകമകൻ മുയലിനെയും തേടി നടന്നു.

രാജകുമാരൻ കാട്ടിലേക്കുള്ള വഴിയിലൂടെ നടക്കുകയായിരുന്നു. ഒരു മുയൽ അയാളുടെ മുന്നിലൂടെ ചാടിപ്പോയി. രാജകുമാരൻ അതിനെ പിന്തുടർന്നു. മുയൽ കാട്ടിനുള്ളിലേക്കു കടന്നു. രാജകുമാരനും പിന്നാലെ ചെന്നു. പെട്ടെന്ന് മുയൽ നിലത്തുള്ള ഒരു മാളത്തിൽ കയറി. രാജകുമാരൻ ചുറ്റുംനോക്കി. ഒരു ഗുഹയ്ക്കുള്ളിലാണുള്ളതെന്ന് കണ്ട് അമ്പരന്നുപോയി. മറുപുറത്താകട്ടെ ഒരു ഭീമാകാരനും. ജീവിതത്തിൽ ഇത്ര വലിയ ആളെ രാജകുമാരൻ കണ്ടിട്ടില്ല.

അയാൾ ആകെ പരിഭ്രമിച്ചു. ഭീമാകാരൻ ശബ്ദമുണ്ടാക്കി.

"ഓഹോ.......ഓഹോ........എന്റെ കുഞ്ഞുമുയലിനെ പിടിക്കാമെന്നു നീ വിചാരിച്ചു അല്ലേ? നന്നായി പകരം നിന്നെ ഞാനിപ്പോൾ പിടിച്ചു."

ഭീമാകാരൻ ഒരു കൈകൊണ്ടു രാജകുമാരനെ എടുത്ത് ഗുഹയുടെ ഒരു വശത്തുള്ള പെട്ടിയിൽവച്ചു. പെട്ടിയുടെ അടപ്പു വച്ച് വലിയ താക്കോൽകൊണ്ട് പൂട്ടി.

പെട്ടിക്ക് ഒരു ചെറിയ ദ്വാരമുണ്ട്. അതിലൂടെ മാത്രമാണ് പെട്ടിയിൽ വായു പ്രവേശിക്കുന്നത്. ജീവിക്കുകയില്ലെന്നുതന്നെ രാജകുമാരൻ വിചാരിച്ചു.

മണിക്കൂറുകൾ കഴിഞ്ഞുപോയി. ചിലപ്പോൾ അയാൾ ഉറങ്ങി. അധികസമയവും ആലോചനയിലായിരുന്നു. അച്ഛന്റെ അടുത്ത് എങ്ങനെ തിരിച്ചെത്തും. പെട്ടിയിൽ നിന്നെങ്ങനെ പുറത്തുകടക്കും എന്നിവ മാത്രമായിരുന്നു ചിന്ത.

പെട്ടെന്ന് പൂട്ടിൽ താക്കോൽ തിരിയുന്ന ഒച്ചകേട്ടു. പെട്ടിയുടെ മൂടി തുറക്കുന്നു. ജീവിതത്തിലന്നോളം കണ്ടിട്ടുള്ളതിൽവച്ച് ഏറ്റവും സുന്ദരിയായ യുവതി മുന്നിൽ നില്ക്കുന്നു. സ്വപ്നത്തിൽപ്പോലും ഇങ്ങനെയൊരു സുന്ദരരൂപം ഉണ്ടായിരുന്നില്ല. അവൾ പുഞ്ചിരിച്ചു.

“ഞാനാണ് നിങ്ങൾ പിന്തുടർന്ന മുയൽ. രൂപാന്തരം സംഭവിച്ച ഒരു രാജകുമാരിയാണു ഞാൻ. പകൽസമയം എനിക്ക് മുയലിന്റെ രൂപമാണ്. രാത്രി ശരിയായ രൂപം ലഭിക്കും. എന്നെ പിന്തുടർന്നു വന്നതുകൊണ്ടാണ് നിങ്ങളീ ഗുഹയിൽപെട്ടുപോയത്. നിങ്ങളെ ഞാൻ തുറന്നു വിടുകയാണ്.”

“നീ വളരെ സുന്ദരിയാണ്. എനിക്ക് നിന്റെ കണ്ണുകളിൽ തന്നെ നോക്കിയിരിക്കണമെന്നുണ്ട്. എങ്ങോട്ടും പോകണമെന്നില്ല.”

“പകൽസമയം ഒരു മുയലിനെമാത്രമേ കാണാൻ കഴിയൂ. എല്ലാ സമയവും രാത്രിയല്ലല്ലോ. ഭീമാകാരൻ ഏതു സമയവും ഇങ്ങെത്തിച്ചേരാം. ഒരു വേട്ടയ്ക്കു പോയിരിക്കയാണ്. നിങ്ങളെക്കൊണ്ട് തൃപ്തികരമായ ആഹാരമാകില്ല എന്നുവിചാരിച്ചാണ് വേട്ടയ്ക്കു പോയത്. വിഡ്ഢിത്തം കാണിക്കരുത്. ഗുഹയിൽനിന്നും പുറത്തുകടക്കേണ്ട വഴി ഞാൻ കാണിച്ചുതരാം. എത്രയുംവേഗം നിങ്ങൾ വീട്ടിലേക്കു പോകണം.”

രാജകുമാരൻ അവൾക്കു നന്ദി പറഞ്ഞു. സഹായവും ഉപദേശവും വലിയ ഉപകാരമായി. ഏറ്റവും അടുത്ത വഴിയിലൂടെ രാജകുമാരൻ നടന്നു. എന്നാൽ കൊട്ടാരത്തിലെത്തുമ്പോഴേക്കും പിതാവ് അന്തരിച്ചിരുന്നു. കൊട്ടാരം ശോകമൂകമായിരുന്നു.

ദുഃഖംകൊണ്ട് രാജകുമാരൻ തളർന്നു. ആ കൊട്ടാരത്തിൽ ജീവിക്കാൻ കഴിയില്ല എന്നുപോലും വിചാരിച്ചു. പിതാവിന്റെ ശവസംസ്കാരത്തിനുശേഷം കൊട്ടാരംവിട്ട് അലഞ്ഞുനടന്നു. പാവപ്പെട്ട ഒരു മീൻപിടിത്തക്കാരനു വസ്ത്രങ്ങളെല്ലാം ഊരിക്കൊടുത്തു. അവന്റെ നിറംകെട്ട വസ്ത്രങ്ങൾ വാങ്ങി ധരിച്ചു. ആർക്കും മനസ്സിലാവില്ല അതു രാജകുമാരനാണെന്ന്.

പല രാജ്യങ്ങളിലും അവൻ ചുറ്റിനടന്നു. മത്സ്യങ്ങളെ പിടിച്ചു ആഹാരമാക്കി. അതിനിടയിൽ അവർ ഒരു കാര്യം മനസ്സിലാക്കി. മീൻപിടിത്തക്കാരൻ അവനെ ഏല്പിച്ച വല സാധാരണ വലയല്ല. പ്രത്യേകതയുള്ളതാണ്. സമുദ്രത്തിലെ വലിയമീനിനുപോലും പൊട്ടിക്കാൻ കഴിയാത്തതരത്തിലുള്ള അനുഗ്രഹം ലഭിച്ച വലയാണ്.

നടന്നുനടന്ന് രാജകുമാരൻ ഒരു പട്ടണത്തിലെത്തി. അവിടെ വലിയൊരു ഉത്സവം നടക്കുകയായിരുന്നു അപ്പോൾ. പട്ടണം ആനന്ദത്തിൽ ആറാടി നില്ക്കുകയാണ്. ഓരോ ദിവസവും രാജപ്രതിനിധികൾ വന്ന് “നമ്മുടെ രാജ്യത്തെ രാജകുമാരിയാണ് ലോകത്തിലെ ഏറ്റവും സുന്ദരി” എന്ന് ഉറക്കെ വിളംബരം ചെയ്യുമായിരുന്നു. അലഞ്ഞുതിരിഞ്ഞെത്തിയ രാജകുമാരനും ഇതു കേട്ടു.

ഭീമാകാരന്റെ ഗുഹയിൽ കണ്ട രാജകുമാരിയെ അവൻ ഓർത്തുപോയി. അത്രത്തോളം വരില്ല ഈ പറയുന്ന രാജകുമാരി എന്ന് അവൻ തീർച്ചപ്പെടുത്തി. എന്തായാലും കാണാൻ അവസരമുണ്ടെങ്കിൽ കാണണം.

കൊട്ടാരത്തിന്റെ കവാടത്തിലേക്ക് അവൻ നടന്നു. കൊട്ടാരത്തിന്റെ രണ്ടാം നിലയിൽ അവൾ ഉണ്ടായിരുന്നു. രാജകുമാരി വളരെ സുന്ദരിയാണ്. മൂക്ക് പക്ഷേ, അത്രപോരാ. ഗുഹയിലെ സുന്ദരിയുമായി താരതമ്യപ്പെടുത്തുവാൻ പറ്റില്ല.

“ഈ രാജകുമാരി ലോകത്തിലെ ഏറ്റവും സുന്ദരിയൊന്നുമല്ല. ഇതിനേക്കാൾ സുന്ദരിയായ വേറൊരാളെ എനിക്കറിയാം.”

രാജകുമാരൻ ഉറക്കെയാണ് പറഞ്ഞത്. അതുകേട്ടുനിന്നവർ കാവല്ക്കാരെ അറിയിച്ചു. കാവല്ക്കാർ അവനെ പിടിച്ച് രാജാവിന്റെ മുന്നിൽ ഹാജരാക്കി.

"എന്റെ മകളല്ല ലോകത്തിലെ സുന്ദരി എന്നുപറഞ്ഞത് നീയാണോ? എന്റെ മകളേക്കാൾ സുന്ദരി വേറെയുണ്ടെന്നു നീ പറഞ്ഞോ? നിന്നെ വധിക്കാനാണ് ഞാൻ കല്പിക്കുന്നത്. നീ പറഞ്ഞത് തെളിയിക്കാൻ ഒരവസരം തരാം. നിനക്കത് തെളിയിക്കാൻ കഴിഞ്ഞില്ലെങ്കിൽ നിനക്കു ജീവൻ നഷ്ടപ്പെടും. അവളെ നീ ഇവിടെ കൊണ്ടുവരണം."

"മഹാരാജാവേ...... വളരെ നന്ദി. രണ്ടാഴ്ച എനിക്ക് അവധി തരണം. അതിനുശേഷം ഒരു ആഘോഷം നടത്താം. രാത്രി ആഘോഷവേളയിൽ ഞാൻ ആ സുന്ദരിയെ എത്തിക്കാം."

ആ മീൻപിടിത്തക്കാരന്റെ വാക്കുകളിൽ രാജാവ് സംശയമൊന്നും പ്രകടിപ്പിച്ചില്ല. സുന്ദരിയെ കൊണ്ടുവരാൻ അനുവാദം കൊടുത്തു.

രാജകുമാരൻ മുയലിനെ തേടിപ്പോയ വഴിയിലൂടെ നടന്നു. മുയലിനെ കണ്ട സ്ഥലമെത്തിയപ്പോൾ പഴയകാര്യങ്ങളൊക്കെ അയാൾ ഓർത്തു.

അയാൾ കാട്ടിനുള്ളിലേക്കു കടന്നു. അവിടെ വെള്ളപ്പൊക്കം ഉണ്ടായതിന്റെ സൂചനകളാണുള്ളത്. ഗുഹാകവാടം ഒഴുകിപ്പോയിരിക്കുന്നു. കവാടത്തിനടുത്ത് കുഴിച്ചുനോക്കി. ഗുഹയുടെ ഉള്ളിലേക്കുള്ള വഴി കാണുന്നില്ല. വേറൊരു സ്ഥലത്ത് കുഴിച്ചുനോക്കി. ഒരു വലിയ വാതിൽ കണ്ടു. അത് അടഞ്ഞിരിക്കയാണ്. ആവുന്നത്ര ശക്തിയിൽ വാതിലിൽ ഇടിച്ചു. വാതിൽ ഒരല്പം തുറന്നു. ഒരു വൃദ്ധയുടെ മുഖം അതിലൂടെ കാണായി. അവർ പതുക്കെ പറഞ്ഞു.

"ഞാൻ രാജകുമാരിയുടെ അമ്മയാണ്. നീ രാജകുമാരനാണെന്നു തോന്നുന്നു. അവൾക്ക് അപകടം പറ്റിയിരിക്കയാണ്. രക്ഷപ്പെടാൻ കാത്തിരിക്കുന്നു."

"എന്റെ ജീവൻ രക്ഷിച്ച രാജകുമാരിക്ക് എന്താണു സംഭവിച്ചത്? ഞാൻ രാജകുമാരൻതന്നെയാണ്. മീൻപിടിത്തക്കാരന്റെ വേഷത്തിൽ നിന്ന് നിങ്ങൾ എങ്ങനെയാണ് എന്നെ തിരിച്ചറിഞ്ഞത്?"

"രാജകുമാരി പറഞ്ഞിരുന്നു നിന്റെ കണ്ണുകളിൽ നോക്കിയാൽ രാജകുമാരനാണെന്ന് മനസ്സിലാവുമെന്ന്. നിന്റെ മുഖത്ത്

ദുഃഖമാണെങ്കിലും കണ്ണുകളിൽ പുഞ്ചിരിയുണ്ട്. ഉം നീ ഗുഹയ്ക്കുള്ളിലേക്ക് വാ.... എല്ലാം ഞാൻ വിശദമായി പറയാം."

രാജകുമാരൻ ഗുഹയ്ക്കുള്ളിൽ കയറി. വാതിൽ തുറന്നിടുന്നതിൽ അമ്മ ശങ്കിച്ചു വാതിലടച്ചു.

"അന്ന് ഭീമാകാരൻ തിരിച്ചു വന്നപ്പോൾ നിന്നെ കാണാഞ്ഞ് ഭയങ്കര ദേഷ്യമായിരുന്നു. അവളാണ് നിന്നെ തുറന്നുവിട്ടതെന്ന് അയാൾക്കറിയാം. അവളെ തൂക്കിയെടുത്ത് പെട്ടിയിലിട്ടു. നിന്നെ തുറന്നു വിട്ടശേഷം രാജകുമാരി താക്കോൽ വലിച്ചെറിഞ്ഞിരുന്നു. ഭീമാകാരൻ കുറെ തെരഞ്ഞു. താക്കോൽ കണ്ടെത്താൻ കഴിഞ്ഞില്ല. അയാളുടെ കോപം പതിന്മടങ്ങായി. പകൽസമയം മുഴുവൻ പെട്ടിപ്പുറത്തിരുന്നു. രാത്രി പുറത്തുപോയ സമയം നദിയിലെ വെള്ളം ഗുഹയുടെ കവാടത്തിലേക്ക് ഒഴുക്കിവിട്ടു. ഒരു വലിയ മത്സ്യത്തെ പ്രവേശന ദ്വാരത്തിൽ കാവൽനിർത്തുകയും ചെയ്തു. മത്സ്യം താഴോട്ടും മേലോട്ടും നീന്തി. വാതിലിനടുത്തെത്തുമ്പോൾ രാജകുമാരിയെ ചീത്തവിളിച്ചു. അതു കേൾക്കാൻ വയ്യാതെ അവൾ ചെവിയിൽ പഞ്ഞി തിരുകിവെച്ചു. ഭീമാകാരൻ ഇപ്പോൾ ഇവിടുന്ന് പോയേ ഉള്ളൂ. നീ ഉള്ളിൽക്കടന്ന സമയത്ത് വെള്ളം ഉയർന്നിരിക്കും. മത്സ്യത്തിന്റെ ഒച്ച ഞാൻ കേൾക്കുന്നുണ്ട്."

അവർ സംസാരിക്കുമ്പോൾ മത്സ്യത്തിന്റെ ഒച്ച രാജകുമാരൻ കേൾക്കുന്നുണ്ട്. രാജകുമാരി ചെവിയിൽ പഞ്ഞി തിരുകി പെട്ടിയിലിരിക്കുന്നത് നല്ലതാണെന്ന് അവനു തോന്നി.

"നിങ്ങൾ രാജകുമാരിയോടൊപ്പം പെട്ടിയിൽ കയറൂ. ഞാൻ നല്ല നീന്തൽക്കാരനാണ്. ഞാനിപ്പോൾ വാതിൽ തുറക്കും. പെട്ടി മരംകൊണ്ടുണ്ടാക്കിയതാണ്. അത് വെള്ളത്തിൽ പൊങ്ങിക്കിടക്കും. നിങ്ങൾക്ക് പുറത്തേക്ക് രക്ഷപ്പെടാൻ കഴിയും."

"ഈ ഭീകരനായ മത്സ്യത്തെക്കാൾ നീന്താൻ കഴിയുമോ നിനക്ക്?"

"ഒട്ടും ഭയപ്പെടേണ്ട. എന്റെ കൈയിൽ ഒരു വലയുണ്ട്. ഒരു മത്സ്യത്തിനും എന്റെ വല പൊട്ടിക്കാൻ കഴിയില്ല. ഞാനാ മത്സ്യത്തെ ആ വലയിലാക്കും. കുറച്ചുസമയം കാത്തിരുന്നാൽ മതി. നിങ്ങൾക്ക് എല്ലാം കാണാൻ കഴിയും. രാജകുമാരിയുടെ

ചെവിയിലെ പഞ്ഞിയെടുക്ക്. അവളോടു പറയൂ ഞാനിവിടെയുണ്ടെന്ന്. അവളോട് പേടിക്കേണ്ടെന്ന് പറയണം. കുറച്ചുസമയമേ പെട്ടിയിൽ ഇരിക്കേണ്ടൂ."

രാജകുമാരൻ പറഞ്ഞതുപോലെ അമ്മ ചെയ്തു. രാജകുമാരൻ വാതിൽ തുറന്നു. മത്സ്യം അവന്റെനേരെ ചീറിയടുത്തു. അവൻ ഉടൻ വല വീശി. മത്സ്യം വലയിൽ കുടുങ്ങി. അവൻ കരയിലേക്ക് നീന്തിക്കയറി. മത്സ്യത്തെ കൊന്നു. ചെതുമ്പലുകൾ പോക്കി അത് കീശയിലിട്ടു.

രാജകുമാരൻ പറഞ്ഞതുപോലെ മരപ്പെട്ടി വെള്ളത്തിൽ പൊങ്ങിക്കിടന്നു. അയാൾ വലയെറിഞ്ഞു. പെട്ടി വലിച്ച് കരയിൽക്കയറ്റി. അമ്മയും രാജകുമാരിയും കരയിൽ കയറി.

രാജകുമാരി അപ്പോഴും അതിസുന്ദരിയായിരുന്നു. രാജകുമാരന്റെ കണ്ണഞ്ചിപ്പോയി. അയാൾ രാജകുമാരിയുടെ മുന്നിൽ നിന്നു. രാജകുമാരി ചിരിച്ചു കൊണ്ടു പറഞ്ഞു.

"എനിക്കറിയാമായിരുന്നു നിങ്ങൾ തിരിച്ചുവരുമെന്ന്. നിങ്ങൾ എന്നെ പ്രയാസങ്ങളിൽ നിന്നു രക്ഷിക്കുമെന്നും ഉറപ്പുണ്ടായിരുന്നു."

രാജകുമാരന് സംഭവിച്ച കാര്യങ്ങളെല്ലാം അയാളും പറഞ്ഞു.

"ആ ഭീമാകാരനിൽനിന്ന് നീയാണ് എന്നെ രക്ഷിച്ചത്. നിന്റെ ജീവൻ രക്ഷിക്കാൻ എനിക്ക് അവസരം ലഭിച്ചതിൽ ഞാൻ അതിയായി സന്തോഷിക്കുന്നു. ഇപ്പോൾ എന്റെ ജീവൻ രക്ഷിക്കണമെന്ന് ഒരിക്കൽക്കൂടി ഞാൻ അപേക്ഷിക്കുകയാണ്. രാജകൊട്ടാരത്തിൽ ഉത്സവം നടക്കും. അവിടെ ലോകത്തിലെ ഏറ്റവും സുന്ദരിയെ കൊണ്ടുചെല്ലാമെന്ന് ഞാൻ രാജാവിനെ ധരിപ്പിച്ചിരിക്കയാണ്. നീ എന്റെകൂടെ കൊട്ടാരത്തിലേക്ക് വരണം.

"നിങ്ങളുടെ കൂടെ ഉത്സവത്തിന് വരുന്നത് എനിക്ക് സന്തോഷമാണ്. ഉത്സവം രാത്രിയാണെന്നത് ഭാഗ്യംതന്നെ."

അവർ രാജകുമാരന്റെ ഒപ്പം വേഗം കൊട്ടാരത്തിലേക്കു യാത്ര പുറപ്പെട്ടു. രാജകുമാരൻ ഏറ്റതുപോലെ അവിടെ ഉത്സവം നടക്കുന്ന സമയത്താണ് അവർ എത്തിച്ചേർന്നത്.

രാജകുമാരിയെ പെട്ടിയിൽ മറച്ചു വച്ച് അമ്മ തലയിൽ ചുമന്നാണ് വന്നത്. മീൻപിടിത്തക്കാരൻ ഏതെങ്കിലും സുന്ദരിയെ കൊണ്ടുവരുമെന്ന് ആരും പ്രതീക്ഷിച്ചിരുന്നില്ല.

രാജകുമാരൻ രാജാവിന്റെ അടുത്തു വന്നപ്പോൾ സദസ്സിലുള്ള എല്ലാവരും പരിഹസിച്ച് ചിരിച്ചു. കഴിയുന്നത്ര ഉറക്കെച്ചിരിച്ച് രാജാവിനെ പ്രീതിപ്പെടുത്താൻ അവർ മത്സരിക്കുന്നുണ്ടായിരുന്നു.

രാജകിങ്കരന്മാർ മീൻപിടിത്തക്കാരനെ പിടിച്ചുകൊല്ലുവാൻ മുന്നോട്ടു വന്നു.

"അല്പസമയം തരൂ."

രാജകുമാരൻ കിങ്കരന്മാരോടു പറഞ്ഞു. അയാൾ കീശയിൽനിന്നും സ്വർണ്ണവർണ്ണത്തിലുള്ള ചെതുമ്പലുകൾ വാരി മുകളിലേക്കെറിഞ്ഞു. മുറിയിൽ സ്വർണ്ണമേഘംപോലെ അത് പറന്നു.

പെട്ടിയിൽനിന്നും സുന്ദരി ഇറങ്ങിവന്നു. മീൻപിടിത്തക്കാരന്റെയും വൃദ്ധയുടെയും നടുവിൽ ലോകസുന്ദരി.

രാജാവും സദസ്യരും വിസ്മയപ്പെട്ടു. എല്ലാവരും ഒരടി പിന്നോട്ടു വച്ചുനിന്നു.

"നീ ജയിച്ചിരിക്കുന്നു.

രാജാവു പറഞ്ഞു.

രാജകുമാരനും രാജകുമാരിയും രാജകുമാരന്റെ കൊട്ടാരത്തിലേക്കു പോയി. അവിടെ വലിയ ആഘോഷത്തോടെ അവരുടെ വിവാഹം നടന്നു. അതിനുശേഷം അവൾ മുയലിന്റെ രൂപത്തിലായിട്ടില്ല. ശരിയായ രൂപം തിരിച്ചുകിട്ടി. പിന്നീട് കാടിനടുത്തേക്ക് പോയിട്ടില്ല അവരാരും. ഭീമാകാരന്റെ ശല്യവും ഇല്ലാതായി.

www.ingramcontent.com/pod-product-compliance
Lightning Source LLC
LaVergne TN
LVHW100311051026
849517LV00006B/2261
* 9 7 8 9 3 9 4 7 5 3 0 6 8 *